विपुलाच सृष्टी

प्रा. श्री. अ. दाभोळकर

मेहता पब्लिशिंग हाऊस

VIPULACH SRUSHTI by Prof. S.A. Dabholkar

विपुलाच सृष्टी : प्रा. श्री.अ. दाभोळकर / शेतीविषयक

Email : author@mehtapublishinghouse.com

मराठी पुस्तक प्रकाशनाचे हक्क : मेहता पब्लिशिंग हाऊस, पुणे.

संस्थापक : सुनील अनिल मेहता

प्रकाशक : मेहता पब्लिशिंग हाऊस,
१९४१, सदाशिव पेठ, माडीवाले कॉलनी, पुणे – ४११०३०

मुद्रक : ट्रिनिटी ॲकॅडमी फॉर कॉर्पोरेट ट्रेनिंग लिमिटेड

मुखपृष्ठ : दीपक संकपाळ

प्रकाशनकाल : १९९१ / १९९२ / फेब्रुवारी, १९९३ / जानेवारी, १९९४ / फेब्रुवारी, १९९७ / ऑगस्ट, २००० / जुलै, २००४ / ऑक्टोबर, २०१० / पुनर्मुद्रण : एप्रिल, २०२२

किंमत : ₹ १९०

P Book ISBN 9788177660678
E Book ISBN 9789392482267
E Books available on : amazonkindle Apple Books Google Play Books

मनोगत

मराठी विज्ञान परिषदेच्या या १९८५च्या संमेलनाला धरून विज्ञान प्रसारात गुंतलेल्या कार्यकर्त्यांच्या पहिल्या शिबिरात 'प्रयोग परिवार' कार्यकल्पनेबाबत विचार मांडण्याची संधी संबंधितांनी मिळवून दिली याचा मला विशेष आनंद वाटतो. विज्ञानाचा वापर फक्त जनसामान्यांनाच करावयास शिकवावयाचा आहे, असे भ्रामक विवेचन बहुधा अशा बैठकांमधून कळत-नकळत होत असते; पण मी, माझे कुटुंब, माझा शेजार, माझा परिसर व माझ्या सभोवतालचे समग्र जीवन यात अनेक भ्रम आज प्रत्येकाच्या मानगुटीवर स्वार होऊन त्या त्या व्यक्तींचे व समाजाचे व्यक्तिमत्त्व व स्वातंत्र्य हिरावून घेत असतात. विज्ञानाच्या मूलभूत तत्त्वांनी जीवनाच्या प्रत्येक क्षेत्रात व समाजाच्या प्रत्येक थरात (शिक्षित-अशिक्षित, गरीब-श्रीमंत, वृद्ध-तरुण, नागरी-ग्रामीण-नर-नारी इत्यादी) सर्वांगीण व सार्वजनिक प्रवेश केला तरच अशा भ्रमांचा निरास होणार असतो व मगच मानवाची जागी झालेली प्रतिभा व प्रज्ञा आपआपल्या व्यक्तिगत व सामूहिक प्रगतीसाठी खरा दिशा शोध घेऊ शकते.

इथे जमलेल्या प्रत्येक कार्यकर्त्याने स्वत:च्या जीवनपद्धतीला वळण लावताना व आपल्या परिसरातील जटिल समस्यांच्या सोडवणुकीला विज्ञानाचा किती अंगाने अंगीकार केला व विज्ञानाचा किती पैलूंचा नवीन आविष्कार शोधला ते स्वत:लाच प्रश्न विचारून ठरवावे. आपला आहारविहार, नित्याचे काम व विसाव्याचे चालू धावपळीच्या जीवनातील असमतोल, आपल्या बालकांच्या सर्वांगीण वाढीची खरी गाळीव तत्त्वे, आपले वृद्धापकाळाचे प्रश्न, आपले खरे मानसिक आरोग्य, आपल्या कामजीवनाबद्दलच्या परंपरागत कल्पना, निसर्ग, परिसर व चालू उत्पादनव्यवस्था यातील दुजाभाव यासारख्या प्रत्येक क्षेत्रात हरघडी अत्याधुनिक विज्ञानसंपदा आपणाला नेमके मार्गदर्शन करावयास खुणावत असते; पण आपण विज्ञानसंपदेचा नवीन गुंतवणूक म्हणून प्रभावी वापर करत नसतो. ठरावीक पुस्तकी वैज्ञानिक परिभाषेत स्वत:ला सर्वकाही समजते आहे असे समजून इतरांना ती परिभाषा समजावण्याचा अट्टहास धरत असतो. आपले प्रयत्न मग यशस्वी होत नाहीत व आपण या अपयशाचे खापर समाजाच्या अवैज्ञानिक मनोवृत्तीवर फोडत असतो.

आपण प्रयोग करूया

'प्रयोग परिवारा'च्या सर्व धडपडीचे प्रमुख सूत्र 'आपण प्रयोग करूया' हे आहे. जीवनाच्या प्रत्येक क्षेत्रात नवनवीन आव्हाने सोडविण्यास अशी प्रयोगबुद्धीच नेमके साहाय्य करू शकते. अशा खऱ्या प्रयोगकृतीशिवाय विज्ञानाच्या जोरावर अनेक अंगी पिळवणूक चालू राहते याचे कारण आज उपलब्ध असणारे विज्ञान हे चालू 'व्यापारी संस्कृती'चे बटीक बनलेले असते व या व्यापारी संस्कृतीची विज्ञानाच्या नावावर जाहिरात करून बाजारात आणलेल्या औषध, खते, शिक्षणपद्धती, बांधकाम साहित्य इ. वस्तू हेच तेवढे विज्ञान अशी बहुतांशी सर्व सुशिक्षितांची मनोधारणा बनलेली असते.

या चौकटीबाहेर पडून 'मूलभूत विज्ञानतत्त्वांचा' आम्ही एकत्रितपणे स्वत: मूळ तत्त्वापासून अभ्यास करणार व ती तत्त्वे हस्तगत करून नवे प्रयोग करीत नवी 'तंत्रविद्या' आमच्या परिसराच्या संदर्भात प्रमाणित करणार असे विज्ञानाच्या विरहस्यीकरणाचे (डिमिस्टिफिकेशनचे) सूत्र वापरून आज प्रयोग परिवाराचे विविध कार्यगटांत प्रयोगविस्ताराचे कार्य चालू आहे. आज त्यापैकी काही प्रयोगांची या ठिकाणी मी धावती ओळख करून देणार आहे.

महाराष्ट्रातील जनसामान्यांतून उभी राहिलेली 'वैज्ञानिक द्राक्षक्रांती' हे याबाबतचे ठळक उदाहरण आहे. अर्धा एकर ते दोन-तीन एकर क्षेत्र असणाऱ्या शेतकऱ्यांनी आज द्राक्ष उत्पादनातील अनेक प्रश्न पारिवारिक भावनेने प्रयोग करीत यशस्वीपणे सोडविले. आज या क्रांतीने दुष्काळी भागातील कमी पाण्याच्या क्षेत्रातील शेतकरी स्वत:च्या हिमतीवर यशस्वीपणे द्राक्ष लागवड करीत असतो. पूर्वी द्राक्षबागायतदारांना बँका एकरी ५०० रुपये भांडवल देण्यास तयार नसत. आज या वैज्ञानिक क्रांतीचा विश्वास असल्याने बँका स्वत: येऊन एकरी तीस ते चाळीस हजार रुपयांचे भांडवल शेतकऱ्यांना घरपोच देत असतात. या वैज्ञानिक क्रांतीमुळे आता वर्षाला महाराष्ट्रात द्राक्ष उद्योगाकरीता दीडशे ते दोनशे कोटींची आर्थिक उलाढाल चालू आहे. भारताच्या चारी टोकांना व परदेशात पण आपली विक्री-व्यवस्था उभी करून ही क्रांती स्थिरावली आहे. इतकेच नव्हे, तर या पाठोपाठ डाळिंब, आंबा, लिंबू, केळी, बोर, नारळ या फळझाडांमध्ये पण द्राक्षांप्रमाणेच नेमके उत्पादन घेता यावे ही नवी वैज्ञानिक दृष्टी आता यशस्वी वाटचाल करीत आहे.

नवेनवे वैज्ञानिक संदर्भ

या क्रांतीसाठी महाराष्ट्रातील दर चौरस फूट जागेवरील 'सूर्यप्रकाश' शंभर दिवसात फळझाडांतर्फे गोळा केला तर दर चौरस फुटामागे चारशे ते सहाशे ग्रॅम

वजनाचे फळ मिळालेच पाहिजे, हा नवा वैज्ञानिक संदर्भ उपयोगी ठरेल. मग ते द्राक्ष असो, आंबा असो, डाळिंब असो, लिंबू, बोर काहीही असो. आता असा प्रयोग करण्यास फक्त आठ-दहा चौरस फूट जागा असलेली गच्चीपण चालू शकते. किंबहुना, महाराष्ट्रातील ही द्राक्षक्रांती अशा परसदाराच्या एका वेलावरील प्रयोगाभ्यास नोंदीतून विकसित होत गेली व कृषी विद्यापीठे व तज्ज्ञ यावर अवलंबून न राहता त्यांना मागे टाकत त्यांनी हे यश संपादन केले. अशाच अभ्यासातून द्राक्षवेलींना एकरी रोज पाच हजार लिटर पाणी धारा व पट्टा पद्धतीने दिले तरी चालेल. हा हिशोब पक्का करून, टँकरने पाणी आणून, बागा जगवून एकरी विक्रमी पीक मिळविले. स्वत:च्या परिसरातील अडचणीचा घरात स्वत: शोध घेत नवे मार्ग प्रमाणित केले व हीच खरी प्रयोगदृष्टी होय. आज हे पदवीधर नसणारे द्राक्ष बागायतदार परदेशी व देशी तज्ज्ञांबरोबर आपल्या अनुभवास धरून शास्त्रीयवाद-प्रतिवाद करीत असतात; त्यांच्याकडून स्वत:च्या प्रयोगाबाबत गौरवाची पावती मिळवित असतात.

नवी वैज्ञानिक विचारधारा

उच्च दर्जाचे ज्ञानविज्ञान जनसामान्यांना घरपोहोच, हवे त्या वेळी, हवे त्या स्वरूपात मिळाले पाहिजे अशी एक नवी शैक्षणिक विचारधारा परदेशात वाढलेली आहे. 'डिस्कूल सोसायटी – समाजाचे नि:शाळाकरण करा.' कारण या शाळा समाजाची प्रशिक्षित, शिक्षित, अशिक्षित चिरफाड करून, विज्ञानाची मक्तेदारी करून व्यापारी वस्तूविक्रीचे प्रचारक व विक्रेते बनवतात व बहुजन समाजाला 'अवैज्ञानिक जीवन' (विज्ञानाच्या नावावर युरियाच वापरा, टॉनिक गोळ्या घ्या) जगावयास भाग पाडतात. ज्ञान-विज्ञानाचे हे ध्रुवीकरण 'प्रयोग परिवार' पद्धतीने तोडता येते व जनसामान्यांना विज्ञानाचे उपासक बनवीत नवे तंत्रविज्ञान आपापल्या अडचणींना व जीवनपद्धतींना अनुलक्षून समर्थपणे उभे करता येते, हा प्रयोग परिवार कार्यपद्धतीचा विशेष परदेशातील अशा काही खास संवादांतून मी मांडला होता व त्याचे तेथे आर्थिक क्रांतीचा नवा विचार म्हणून स्वागत झाले होते. खरी आर्थिक क्रांती भूमी, भांडवल व श्रम यांच्याऐवजी मानवातील साहसोर्मी जागी करीत होत असते व विज्ञानाचे एकूण प्राप्त परिस्थितीतच नेमके मर्मग्रहण झाले की, 'मानवातील साहसी वृत्ती क्रियाशील होत नवी तंत्रविद्या विकसित होते,' असे कार्यसूत्र या चर्चेतून पुढे आले. विज्ञानाच्या खऱ्या प्रसारकास 'मी पण हे प्रयोग केले. आपण पण एकत्रितपणे परत हे प्रयोग करू. आपल्या परिसरात हे विज्ञान आपणास असे फलदायी ठरेल', असे ठाम प्रायोगिक निष्कर्ष मांडता आले पाहिजेत.

मुक्त विद्यापीठ

अशा अभ्यासातून 'मुक्त विद्यापीठवजा' अभ्यासवर्ग आज ठिकठिकाणी हे द्राक्ष उत्पादक भरवीत असतात. विभागवार चर्चासत्रासाठी येण्या-जाण्याचा प्रवासखर्च व प्रवेश फी देऊन, मोठा हॉल अगर थिएटर भाड्याने घेऊन ५०० ते ८००च्या संख्येत ते उपस्थित राहत असतात. खुली चर्चा करीत टिपणटाचण करतात व पुन्हा तो एकत्रित करून, छापून योग्य किमतीत जिज्ञासूंना उपलब्ध करीत असतात. १९८५ या द्राक्ष वर्षात अशा रीतीने फक्त प्रवेश फी करीता दोन लाखांची उलाढाल झाली. येण्या-जाण्याचे प्रत्येकी ५० रुपये धरले तर हजारोंच्या संख्येत उपस्थित राहून त्यामध्ये मुक्त विद्यापीठ नावे सहज वर्षाला चार-पाच लाखांची स्वबळावर विना-अनुदानी उलाढाल पारिवारिक भावनेने केली व 'ना नफा, ना तोटा' या तत्त्वाने हे व्यवहार कार्यवाहीत आणले.

या बाबतची काही उदाहरणे मी आणलेल्या प्रकाशनातून लक्षात येतील. हे विंक्लरचे द्राक्षांवरच्या ८०० पानी ग्रंथाचे मराठी भाषांतर आहे. जगात हा ग्रंथ द्राक्ष लागवडीतील सर्वश्रेष्ठ ग्रंथ समजला जातो. पदव्युत्तर कृषी अभ्यासकांनादेखील हा ग्रंथ परत परत वाचून समजावून घ्यावा लागतो; पण हा ग्रंथ मराठीत आणून जिज्ञासू, द्राक्ष बागायतदारांना आज उपलब्ध केला गेला आहे. याच्या दोन हजार प्रती छापण्यास चार लाखांवर रुपये खर्ची पडले आहेत.

विभागीय संशोधन केंद्र – द्राक्षावरचा अधिक मूलभूत अभ्यास करण्यासाठी आता 'विभागीय संशोधन कक्ष' संघटित होत आहे व कोणतीही द्राक्ष प्रयोगप्रेमी व्यक्ती या प्रयोगात आपला सहभाग देऊन द्राक्ष उत्पादनाचे नवे संदर्भ पुढे आणू शकते. यातूनच 'जिब्रॅलिक ॲसिड वापरा', 'गर्डलिंग तत्त्व', 'सायकोसिल वापर तत्त्व', 'इंडॉल ॲसिटिक ॲसिड' वाढविण्याचे प्रयोग व आता केंद्र-आम्लातील अँडेनाइन युरॅसिल वापरावे व मूलभूत बदल घडवावयाचे असे अनेक मोठाले प्रयोग प्रमाणित होत आहेत.

गोफ-प्रक्रिया – ही सर्व कार्यरचना असंस्थात्मक स्वरूपाची आहे. यात सहभागी होणारी व्यक्ती आपापला खर्च, वेळ देत योगदान देते व नंतर आपण प्रमाणित केलेली तत्त्वे सर्वांसाठी मुक्तपणे उपलब्ध करून देत असते. त्यात सहभाग घेण्यास कायमची सभासद वर्गणी नसते. तसेच कोणतीही बाह्य-मदत वा देणगी घेऊन हे कार्य चालत नाही. वस्तू, श्रम, तज्ज्ञबळ, रोख भांडवल, गुडविल इ. समाजातील अनेक उत्पादक घटकांचा विज्ञानाच्या उपासनेसाठी मेळ घालीत ही उद्योग-पेढी गोफप्रक्रियेने चालत असते.

'प्रयोग-परिवार'ची सर्व संकल्पना व कार्यपद्धती ही नॉन सिस्टिम स्वरूपाची,

चालू व्यवस्थेच्या चौकटीबाहेरील असल्याने तिची मांडणी करताना नवीन परिभाषा वापरणे अपरिहार्य ठरते; पण यावर प्रसंगोपात विपुल लेखन झाले आहे व त्यातील अनेक पैलूंना धरून विवरण केले गेले आहे. परदेशातील – पश्चिम जर्मनीतील 'ग्रामीण विकासासाठी विज्ञान' या परिचर्चेत याबाबतचे सूत्र-विवरण केले होते व त्यावर नंतर तीन दिवस चर्चासत्र झाले होते. तो सारा वृत्तान्त जर्मन भाषेत आता संकलित झाला आहे.

चालू आव्हाने – पडीक आवार, पडीक भूमी, प्रदूषण, पर्यावरण, मानवी कार्ये याबाबत विज्ञानाच्या मूलभूत व्यासंगातून काही उत्तरे काढता यावीत याचा पाठपुरावा 'प्रयोग-परिवार' आज करीत आहे व यामध्ये पण क्रमाने अशीच नववैज्ञानिक पायाभरणी शक्य आहे, असे आशादायक निर्णय आज गोळा होत आहेत. अनेक भिन्न क्षेत्रांतील कार्यगट या नव्या विचारसरणीशी आता नवा संपर्क साधून आहेत व यातून आपणासमोरील सर्वच समस्यांबाबत स्वतंत्रपणे, पारिवारिक भावनेने वैज्ञानिक उत्तरे शोधण्याची वृत्ती वाढत्या प्रमाणात स्थिरावत आहे.

समारोप – आपण प्रत्येकाने आपल्या जीवनातील व परिसरातील विविध प्रश्नांबाबत विज्ञानाचे नेमके म्हणणे कोणते आहे हे समजून घेत राहिले पाहिजे. म्हणजे हॉटेलात जेवण घ्यावे लागत असले तरी आपल्या आहारात कोणत्या त्रुटी राहतात व त्या इतरत्र कशा भरून काढता येतील, याचा शोध घेता येईल. परिस्थिती व परिसर-मर्यादा यांना सामोरे जाताना आपण असे नवे वैज्ञानिक परिणाम सार्वत्रिक करीत राहिले पाहिजे. माझ्या परिवारात हृदयरोगाची परंपरा असेल, तर आपले हे बायॉलॉजिकल क्लॉक (जैविक घड्याळ) कोणत्या रीतीने दुरुस्त करता यावे याचे 'कोलॅस्टेरॉल प्रोफाइल' हे एक नवे तंत्र आहे, ते आपले आपणच अभ्यासले पाहिजे. मग कोलॅस्टेरॉलसह अनेक मूलभूत वैज्ञानिक संदर्भांचा एकूणएक अभ्यास करण्याची क्षमता व जिद्द आपण दाखविली पाहिजे, तरच आपण खरी वैज्ञानिक साक्षरता संपादन केली आहे असे म्हणता येईल. वैज्ञानिक दृष्टिकोन उच्चारणे सहज-सुलभ असले तरी, तो आचरणात आणणे किती अवघड आहे, हे लक्षात येईल.

'प्रयोग-परिवारा'ला जीवनाच्या अशा सर्वच क्षेत्रांत विज्ञानाशी सलगी साधण्यात विशेष रस आहे. 'मराठी विज्ञान परिषदे'च्या निमित्ताने इथे जमलेल्या कार्यकर्त्यांकडून असे स्वत:चे, परिसराचे, परिस्थितीविषयक विज्ञाननिष्ठ परीक्षण होत त्यातून प्रयोगबुद्धीचे कार्य पारिवारिक भावनेने उभे राहावे एवढीच मनोभावना या प्रसंगी व्यक्त करीत आहे.

प्रास्ताविक

आधुनिक शास्त्र म्हणजे मोठ्या खर्चाचे काहीतरी असा अनेकांचा गैरसमज आहे. शेतीच्या बाबतीत आधुनिकता म्हणजे निसर्गातील रहस्ये समजून घेऊन त्या रहस्यांच्या आधारे जमीन व वनस्पतींची उत्पादकता आरोग्यपूर्णरीत्या वाढवून तिचा माणसाच्या कल्याणासाठी वापर करणे; मात्र यासाठी आपण किंवा आपल्या गटानेच प्रयोग करण्याची बुद्धी ठेवून आपल्या भागातील पिके व जमिनीचे रहस्य समजावून घेऊन उत्पादन वाढवले पाहिजे. 'प्रयोग' परिवाराचा हाच संदेश आहे. प्रयोग परिवाराच्या अशा प्रयोगांची माहिती या लेखमालेत दिली आहे.

समृद्धी, सुख, स्वातंत्र्य या गोष्टी मिळवण्यासाठी आज सारे जग धडपडत आहे; पण मानवी संस्कृतीच्या विकासापासून या तिन्ही गोष्टींना जनसामान्य पारखाच राहिला आहे.

आधुनिक विज्ञानाची नवी दृष्टी लावून पाहिले तर या तिन्ही गोष्टी प्राप्त करण्यास निसर्ग, आपला परिसर, आपले पर्यावरण आपणास त्यांच्या अनंत हस्तांनी मदत करावयास तयार आहे, हे लक्षात येईल. एवढेच नाही, तर नवी वैज्ञानिक विद्या मिळवणाऱ्या व्यक्तींना या निसर्गाशी हातमिळवणी करण्याची तंत्रविद्या पण अवगत करता येण्यासारखी आहे. 'तुझे आहे तुजपाशी, परी तू जागा चुकलासी' अशी आपली स्थिती, दुसऱ्याच्या ज्ञानावर अवलंबून आपले प्रश्न सोडवू पाहण्याच्या आपल्या वृत्तीमुळे झालेली आहे.

परदेशात अलीकडील रासायनिक खते, औषधे याविरुद्ध कृषी विचाराची एक नवी वैज्ञानिक लाट आली आहे. 'आपले परिसर, आपले पर्यावरण व आपले आपण सुख, समाधान, समृद्धीत राहू' हा या नव्या चळवळींच्या अग्रदूतांचा महामंत्र आहे. फ्रान्समध्ये जीन पेन, जर्मनीमध्ये हान्स बेबा, हेरमान आन्द्रे, जपानमध्ये मासा नोबू फुकुओका यासारख्यांनी क्रांतिकारक विचारांनी पहिली प्रायोगिक पावले टाकून त्यातून मिळवलेल्या यशावर लहान-मोठे सचित्र रंगीत फोटो इ.सह प्रयोगयशाची वर्णने दिलेली आहेत. 'जीन पेनची पद्धत', 'लावणीची ढिगारा पद्धत', 'एका गवताच्या काडीची क्रांती' अशी या पुस्तकांची नावे

आहेत. कृषि-जिज्ञासू वाचकांना ही पुस्तके मुळातूनच वाचण्यासारखी आहेत. चालू लेखमालेत आपण या त्यांच्या प्रयोग-निष्कर्षांचा आधुनिक विज्ञानाच्या परिभाषेत मागोवा घेणार आहोत. वरील देशांप्रमाणेच ब्रिटन, अमेरिकेत पण अभ्यास करणारे काही 'प्रयोग गट' आहेत. भारतात कृषि-अभ्यासकांच्या परिचयाची 'प्रयोग परिवार कार्ययंत्रणा', हे व यांसारखे प्रयोग व नवी प्रयोग तंत्रे विकसित करण्यात आज आघाडीवर आहे.

एका लहानशा दाखल्याने या क्रांतीची व्यापकता आपल्या लक्षात येईल. शेताच्या बांधावर व शेताशेतांवर माजणारे काँग्रेस गवत, हे एक अगदी सहज कुजून फळझाडांना भरपूर नवी मुळी पुरवू शकते, हे प्रयोग परिवाराच्या प्रथम लक्षात आले. महाराष्ट्रातील चालू द्राक्षक्रांतीतील काही प्रगत शेतकऱ्यांनी मग याचा अनुभव घेतला. शेवटी नव्या द्राक्षबागा लावताना चरात तळाशी काँग्रेस गवत आपल्या गावातून गाड्या गाड्या गोळा करून आणून घातल्या व त्या चरात जोमदार द्राक्षबागा उभ्या करून वर्षभरातच १४ ते १६ टन द्राक्षे घेतली. काँग्रेस गवत कमी पाण्यात, दुष्काळी परिस्थितीत पण लुसलुशीत, जोमदार वाढते. ते उपटून एकत्र टाकले, तर चार दिवसांतच झडून काळेभोर होते. तो ढीग पावसाळी हवेत उचकटून पाहिला, तर त्या ढिगाच्या खाली भरपूर मुळ्या गोळा झालेल्या दिसतात. कोवळ्या अवस्थेत फुले येण्याआधी ते गोळा केले तर झाडाला लागणारे नत्र, स्फुरद, पालाश आदी अनेक अन्नघटक त्यात कमाल मर्यादेएवढे एकत्रित असतात. काँग्रेसचे बेणे कमी करता करता त्याच्याकडून आपापली फळझाडे सुधारता येतील, ही नवी दृष्टी केवढी उपकारक ठरणारी आहे! सर्वांनाच त्या गवतापासून अंगावर त्वचादाह होत नसतो; पण हा त्वचादाह जमिनीतील पण सूक्ष्म जीवाला झाला, तर कदाचित हे जैविक विष कदाचित या बाबतीत पण आपले मदतनीस ठरेल. काँग्रेस गवत (ओसाडी) हे गोळा करताना त्याची मुळे बुंध्यापासून काढून ते दोन गटांत स्वतंत्र कुजवले तर आणखीनच अधिक फायदा मिळावा. या लेखमालेत यातील वैज्ञानिक संदर्भ यथावकाश येणार आहेत.

असेच एक ना अनेक नवे प्रयोगानुभव आपल्या परिसर विकासास वापरू शकू. या विकासाची एकूण मोजदाद तपशीलवार कशी करावी, ते शास्त्र पण आपण आत्मसात करणार आहोत. एकवेळा आपली सृष्टी, 'उजाड-रखरखीत भूमी' व 'अमर्याद खारा समुद्र' यांनी व्यापलेली होती. या रखरखाटातून, समुद्राच्या खारटपणात, उत्तर ध्रुव प्रदेशाच्या थंड बागेत, वाळवंटाच्या ओसाड भूमीत व नदीनाल्यांच्या गोड्या पाण्याचा शेजार करून, आजची अद्‌भुतरम्य, विविध रूपाने, जीवमात्रांनी, वनस्पती व प्राणिसृष्टीने, नटलेली सजीव सृष्टी उभी राहिली. आधुनिक

विज्ञानांनी हा या सजीव सृष्टीच्या धडपडीचा, गुंतागुंतीचा व्यवहार आता स्पष्ट होत आला आहे. या सजीव सृष्टीचे सर्वोत्तम विकसित स्वरूप म्हणजे मानव व या सजीव सृष्टीचे सर्वांत लघु लघुत्तम स्वरूप म्हणजे एकपेशीय जीवसृष्टी!!

पुढील लेखांकांतून आपण यांचा सखोल अभ्यास करू.

अनुक्रमणिका

Please contact us at **Mehta Publishing House,** Pune 411030.
✆ +91 020-24476924 / 24460313 / Mob. No. 9545000513
Email : production@mehtapublishinghouse.com
Website : www.mehtapublishinghouse.com

निसर्गाशी हातमिळवणी

आपल्या शेतासमोरील जागेत पाचट, काटक्या, पालापाचोळा इत्यादी पहिल्या पावसात कुजून काळा पडत असतो, ते आपण नेहमी पाहतो. तो सर्व गळाठा अतिउत्तम कार्य करणारा नैसर्गिक घटक व शेतकऱ्यांचा सहसाथी आहे; पण त्याची शक्ती लक्षात न घेता, या गोष्टी आपण नष्ट करून टाकतो.

♣

आपला परिसर, आपला शेजार आपणाभोवती सदैव विविध, नवनवी रूपे घेऊन वावरत असतो व आपापली ठरलेली कामे बिनबोभाट पार पाडीत असतो. नैसर्गिक साधनसामुग्रीने हा सारा प्रपंच सुखी व समृद्ध बनवण्यासाठी त्याची ही जादूगिरी चालत असते; पण त्याची ही जादूगिरी आपल्या विकासासाठी कशी वापरावी याचा परिचय आपण अजिबात करून घेत नाही. उलट त्याच्या या कार्याला खीळ बसेल अगर विक्षेप येईल, असे अनेक निरुपयोगी उद्योग मात्र आपण करीत असतो व आपल्याच हाताने आपली भाग्यरेषा पुसून टाकत असतो. पुढे दिलेल्या काही दाखल्यांवरून याचा आपणास अधिक खुलासा होईल. एवढेच नव्हे, तर त्यानंतर काही नवे प्रयोग करून त्याबाबतची प्रचिती पण मिळवता येईल.

जुलै महिन्याच्या आसपास आपापल्या शेतातून बांधावरून चक्कर मारताना ठिकठिकाणी पडलेले पाचट, पाला, काटक्या यांचे ढीग काळे कुळकुळीत बनू लागलेले दिसतील. दहा-पंधरा दिवसांच्या पावसात ओलेचिंब होताच, हे सर्व ढीग काळे पडले, म्हणजे ते कुजविणारे कोणतेतरी जंतू कामाला लागले असले पाहिजेत हेही आपणास समजू शकते; पण कडब्याची धाटे, छप्पर, शाकारणीला वापरलेले पाचट, पाणकणीस, गव्हाचे काड इ. अनेक पदार्थ पावसाच्या झडीत सापडल्यानंतर

नरम पडून काळे पडत चाललेले असतात. असे पदार्थ शेतजमिनीत गेले तर ते पदार्थ जमिनीत कुजून नष्ट होईपर्यंत त्या जमिनीत पीक जोर धरीत नाही; कारण हे पदार्थ जमिनीमध्ये कुजताना, त्यांना कुजविणाऱ्या जंतूंना लागणारा नत्र हा पदार्थ जमिनीतील नत्रसाठ्यातून घ्यावा लागतो. उलट जमिनीवर अगर छपरावर हे पदार्थ कुजू दिले तर त्यासाठी लागणारा नत्र थेट हवेतून घेऊनच वापरला जातो व निसर्ग वरच्यावरच हा पदार्थ कुजवून खतात भर घालतो.

आपल्या परंपरागत पद्धतींना व समजुतींना एक नवा धक्का, याबाबत जरा सखोल शास्त्रीय अभ्यास करताच आपणास बसणार आहे. कोणताही शास्त्रीय अभ्यास हा अनुभव-निरीक्षण गोळा करीत व त्यावरून नवी मीमांसा प्रमाणित करीत विकसित होत असतो. या जुलै-ऑगस्टमधील शेतातील अशा रीतीने काळ्या पडलेल्या ढिगाखाली काय काय घडामोडी चालू असतात, ते पाहण्यासारखे असते. असे एखादे बाजूला पडलेले व काळे पडलेले पान उचलले अगर ढीग बाजूला सारला तर त्या ठिकाणी सुंदर, पांढरीशुभ्र मुळी जमिनीतून वर येऊन गोळा झालेली असते, असे दिसून येईल. थोडक्यात, हवेतील नत्र वापरून खत बनवताना आपल्या निसर्गाने आपल्या जमिनीतील मूळच्या नत्रसाठ्यात भर टाकली. एवढेच नव्हे, तर ते ढीग कुजताना जे काही नवे घटक बनवले ते उत्तम मुळी वाढवण्यास उपयोगी ठरावेत, असेच बनविले. चालू विज्ञानाने असे बनवणारे घटक हे इंडोल ॲसिटिक ॲसिड (आय.ए.ए.) गटाच्या कार्य करणाऱ्या गटातील असतात, असे दाखवून दिले आहे. थोडक्यात, जमिनीवरच पडलेले पदार्थ तेथील वनस्पतिसृष्टीला वापरता येतील असे नव्या स्वरूपात हलके हलके रूपांतरित केले जावेत, अशी किमया निसर्ग काही जंतूंना त्या कामाला लावून अशा तऱ्हेने करीत असतो.

शिवाय या पदार्थांवर पावसाचे थेंब आपटत असल्याने, त्याखालील मातीचे फूल पावसाच्या पहिल्या माऱ्यात सुरक्षित राहत असते. जमिनीतील दानवी (गांडुळे) आणि सजीव सृष्टी या पदार्थांखालील जमीन भुसभशीत करीत त्या पदार्थांचे तुकडे खाद्य म्हणून वापरून, परत रूपांतरित करून जमिनीवरच्या थरात विष्ठेच्या रूपाने (गांडुळाची विष्ठा गुठळी स्वरूपातील मातीच असते.) परत आणून टाकीत असते. पाऊस थांबताच या पाना-पाचटाखालील ओलावा उडून जाऊ शकत नाही व पाऊस अनियमित पडला तरी जमिनीतील रोपांना पुरेसा ओलावा पुरवतो. किंबहुना, अशा कुजलेल्या, काळ्याभोर होत जाणाऱ्या पाचटाला हवेतील ओलसरपणा ओढून घेता येतो व रात्रीच्या वेळी हवेत असणारा ओलावा परत जमिनीला मिळवण्याची यंत्रणा कार्यान्वित राहते.

सर्वसामान्यपणे सहजासहजी न कुजणाऱ्या पदार्थांत (पाचट, जोंधळा इ. भुसवजा टरफल, वाळलेली पाने, नारळीच्या शेंडीतील भाग, बारीक काटक्या इ.)

लिग्नीन हा घटक चांगल्या प्रमाणात असतो. हा पदार्थ ९० टक्के ओलावा मिळताच जमिनीच्यावरच हवेतील नत्र घेऊन वाढणाऱ्या जंतूतर्फे लिग्नोप्रोटिन या स्वरूपात रूपांतरित होत असतो. आता लिग्नीन या पदार्थांचे वैशिष्ट्य हे आहे की, त्याला उत्तम ओल पकडता येते. निरोगी जनावराच्या शेणातून अगर आपल्या मलातून बाहेर पडणाऱ्या पदार्थांत हा लिग्नीन असल्यामुळेच आतड्यातील पाणी शोषून बाहेर पडणारे शेण हे फार पातळ नाही, फार घट्ट नाही या रीतीने बाहेर येत असते. चांगले कुजलेले शेण हे हवेतील ओलावा शोषून पावसा-पाण्यात न भिजता, पण जड होत असते. कुजणाऱ्या पदार्थांत लिग्नीन हा पदार्थ जेवढा अधिक, तेवढी पाणी ओढून धरून ठेवण्याची त्याची शक्ती अधिक असते. म्हणजे सुक्या कुजलेल्या पाल्यापेक्षा, कुजलेल्या पाचटा-कागदांत ही शक्ती अधिक असेल, तर कुजलेल्या काटक्यांच्या चुऱ्यात ही शक्ती त्याहूनही अधिक असेल. नारळाचा कीस कुजवण्यास पाच ते सात वर्षे लागतात तर नारळाच्या झावळ्या दोन ते तीन वर्षांत कुजत असतात. याचा अर्थ निसर्ग आपल्या परिसरात काटक्या, सुकी पाने, ऊस, मका, कडब्याची सावकाश कुजणारी भुसकटे, धसकटे ही आपली जमीन सुपीक करण्यासाठी वापरू शकतो; पण त्याची याबाबतची ही शक्ती लक्षात न घेतल्यामुळे जागच्या जागी समृद्ध बनू शकणाऱ्या या गोष्टी आपण जाणूनबुजून नष्ट करून टाकतो अगर त्या गोष्टी इतस्तत: गावभर काडी-कचरा म्हणून विस्कटून आपले करंटेपण प्रकट करीत असतो किंवा असे पदार्थ जमिनीखाली कम्पोस्ट खड्ड्यात कुजवण्याचा प्रयत्न करून त्या वेळी तेथील नत्र अडवीत असतो.

हे प्रयोग कराच!

आपल्या शेताच्या बांधावर अगर घराशेजारच्या मोकळ्या जागेत आपण मोठ्या हौसेने नारळ, आंबा, लिंबू इत्यादी फळझाडे लावीत असतो. अशी फळझाडे लवकर वाढवण्यासाठी त्या फळझाडांभोवती खोडापासून अडीच ते चार फूट या अंतराच्या दरम्यान नऊ इंच ते दीड फूट रुंदीचा चर घेऊन पावसाळ्याच्या सुमारास आपण असे चर खताने भरत असतो. अशा चरांमध्ये मिळेल तो हिरवा पाला, झाडाचे टाळे, गवत, धसकट, भुसकट पावसाच्या सुरुवातीस भरून, तो चर तसाच उघडा ठेवून पावसात मोकळ्या हवेवरच कुजू देण्याने मिळणारे फायदे हे असे चर भरल्यावर परत त्यावर माती लोटून मिळणाऱ्या फायद्यांपेक्षा निराळे असतील, हे आता लक्षात येईल. पावसाच्या ओलीवर पदार्थ जमिनीत कुजवण्याऐवजी तो जमिनीवर कुजवला, तर तो निरनिराळे फायदे निरनिराळ्या कारणांनी आपणास पुरवू शकेल. हे तंत्र पावसाळा नसताना पण इतर वेळी धसकटे, पालापाचोळा, हिरवळीचे खत बाहेरून ९० टक्के ओल पुरवून आपण लिंबू, आंबा, डाळिंब या नुकत्याच लावलेल्या

दोन-तीन वर्षे वयाच्या रोपांबाबत वापरू शकू. फळझाडांची अशी नवी लावणी आपण ३' × ३' × ३' × अगर ४' × ४' × ४' असे खड्डे काढून करीत असतो. अशा खड्ड्यातील वरची माती, पावसाळ्यात पावसाचा मार बसण्यापूर्वी भुसभुशीत असते. त्या वेळी त्या खड्ड्यात आपल्या सभोवताली असणारे कोणतेही कुजणारे पदार्थ खड्ड्याच्या वरच्याच भागात दीड ते दोन फूट नुसते गोळा करून ठेवले, तर अशा खड्ड्याच्या वरच्या थरात कुजलेल्या पालापाचोळ्याची एक नवी काळी माती आपण क्रमाक्रमाने उभी करू शकतो. अशा जागी जुलैच्या नंतरही अशा रीतीने मिळणाऱ्या हिरव्या व अर्धवट कुजून काळ्या झालेल्या पदार्थांचे ढीग आपण रचू शकतो व यापुढील श्रावण-भाद्रपद अखेरच्या पावसात ते पदार्थ वरच्यावरच कुजत जातील. या फळझाडांना भरपूर मुळ्या आणण्यास ते कुजवणारे पदार्थ मदत करू शकतील. भरपूर पांढऱ्या मुळ्या येत राहणे म्हणजे फळझाडांचे आरोग्य सुधारणे होय. असे आरोग्य सुधारले की, ती फळझाडे रसरशीत बनत जातात व हमखास उत्तम फळे देऊ लागतात, असे याबाबत केलेल्या अनेक प्रयोगांतून दिसून आले आहे.

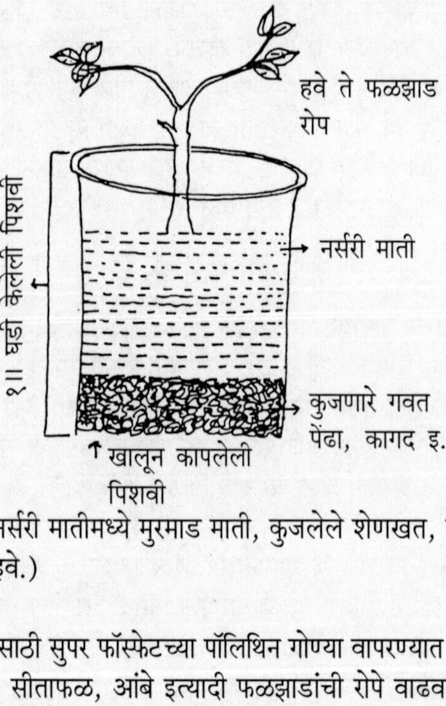

(टीप – नर्सरी मातीमध्ये मुरमाड माती, कुजलेले शेणखत, वाळू यांचे प्रमाण २ : २ : १ हवे.)

या प्रयोगासाठी सुपर फॉस्फेटच्या पॉलिथिन गोण्या वापरण्यात आल्या. त्यामध्ये लिंबू, डाळिंब, सीताफळ, आंबे इत्यादी फळझाडांची रोपे वाढवण्यात आली. या पिशवीचा तळ कापून, तो तळ कुजवून टाकणारे पदार्थ तळात दडपून भरून तळाकडून बंद केला व त्यात नर्सरी माती भरून त्यात हवे ते फळझाडाचे रोप

वाढवले. आता या रोपाला वरच्या बाजूस चार ते सहा प्रमाणात हिरवा, वाळका पाला, पाचट, वाळवलेल्या गोवरीचे तुकडे इत्यादी भरले तर वरीलप्रमाणे हा पाला प्रत्येक पाण्याबरोबर ओला होत कुजत जातो व या फळझाडाला उत्तम मूळ फुटून भरपूर जारवा असणारे जोमदार रोप बनवता येते. अशी पिशवी, वरून असा पाला न काढता खाली पाला, पाचट, काटक्या असलेल्या दगड-गोट्याच्या ढिगावर ठेवली, तरी त्यांना पिशवीच्या खालच्या भागातून उत्तम जारवा येऊ शकतो व जोमदार नसणारे झाड अधिक जोमदार बनते. प्रयोगातील अशा लिंबाच्या झाडाला वर्षभर सतत उत्तम लिंबे, वर्षातून दोनदा सीताफळे, अंजीर, डाळिंबे किंवा वर्षातून एकदा आंबे गच्चीवर पण घेता येतात व अशा पिशवीतील रोपांना १५०-२०० लिंबे, डझनभर सीताफळे, डाळिंबे किंवा डझन-दोन डझन आंबे पण गच्चीवर आणता येतात, हे या प्रयोगातून स्पष्ट झाले आहे.

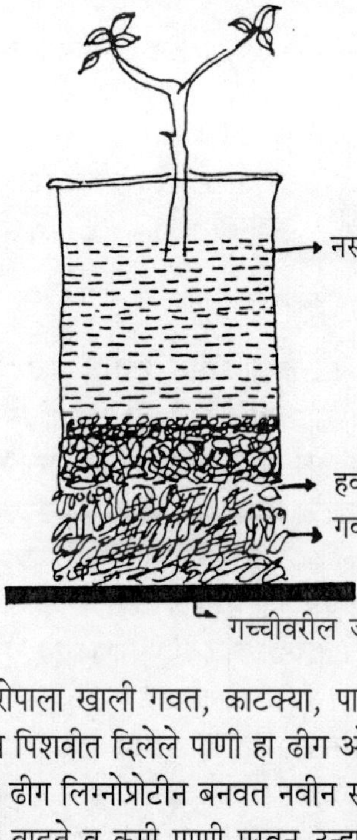

गच्चीवरील रोपाला खाली गवत, काटक्या, पाचट, पालापाचोळा इत्यादींचा ढीग दिला होता व पिशवीत दिलेले पाणी हा ढीग ओला ठेवत असल्याने वरचेवर हवेत कुजताना हा ढीग लिग्नोप्रोटीन बनवत नवीन स्वरूपाचे खत बनवत असतो. त्यात भरपूर मुळी वाढते व कमी पाणी पुरवून उन्हाळ्यात टिकाव धरू शकते.

अशा रीतीने पिशवीत यशस्वी होणारे प्रयोग आपल्या बागेतील अगर परसातील फळझाडे सुधारण्यासाठी आपण वापरू शकू; पण त्यासाठी या लेखात नमूद केलेल्या दोन गोष्टी पुन्हा समजून घेतल्या पाहिजेत.

१) हवेमध्ये पाचट, पाला, टरफले, इ. कमी-अधिक काळात भरपूर ओळीत पडत-कुजत लिग्नोप्रोटीन तयार करतात.

२) हे लिग्नोप्रोटीन तयार होत असताना त्यात व त्याखाली भरपूर मुळ्या येऊ शकतात.

३) लिग्नोप्रोटीन तयार होत जाईल तसे ते हवेतील ओलावा रात्री गोळा करून रोपांना पुरवू शकेल.

४) हे पदार्थ कधीही माती वर-खाली करताना जमिनीखाली जाता कामा नयेत. खरे पाहता, माती हलवावीच लागत नाही.

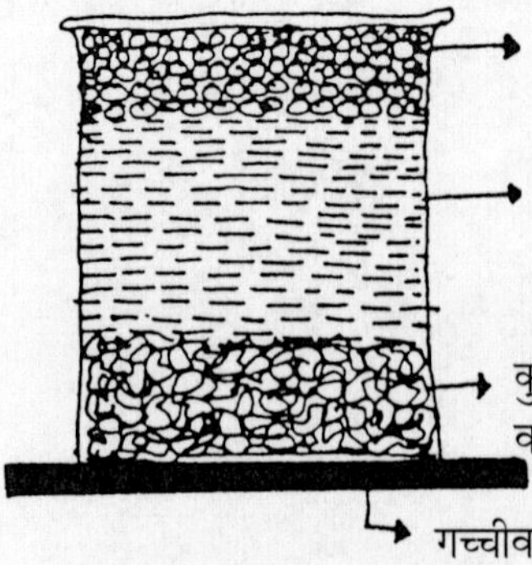

५) काही पदार्थांत लिग्नीन कमी असले तर ते पदार्थ जलद कुजतात. वनस्पतीतील लाकडी धागेदार भाग हा लिग्नीनचा असतो. लिग्नीन कुजण्यास जेवढा अधिक काळ लागतो, तितका अधिक काळ ते जमिनीला मदत करीत राहते. (जसे, नारळाचा कीस उशिरा काळा पडत भुगा होतो. तो पाचटाच्या काळा पडून भुगा होण्याच्या वेळेपेक्षा अधिक काळ घेतो, म्हणून पाचटापेक्षा तो अधिक काळ जमिनीला चौपट-पाचपट काळ उपयोगी ठरेल.)

६) घरगुती बागांना कागद, कपडा, वाळका पालापाचोळा, मेथी आदी भाजीचा राहणारा देठ, मूळ, शेंग-टरफले ही या रीतीने उत्तम खत पुरवू शकतात व त्यात गुलाब, कलिंगडे, काकड्या, मिरची, बटाटे, भुईमूग इत्यादी हवे ते पीक मातीत एक नवा कस तयार करीत आपण घेऊ शकतो. इतकेच नव्हे, तर लेखात दाखविल्याप्रमाणे सर्व तऱ्हेची उत्तम फळे पण मिळवू शकतो.

तण देई धन

आपल्या सभोवतालची वनस्पतिसृष्टी किती उदंड प्रकारे आपला परिसर सकस, सुपीक बनवत असते. आपल्या कृषि-परिसरातील तण हे आपले शत्रू नसून, अत्यावश्यक सूक्ष्म घटक पुरवणारे मित्रच असतात.

♣

आपल्या शेतात, शेतासभोवती अनेकविध प्रकारची वनस्पतिसृष्टी उदंड वाढत असते.

या वाढणाऱ्या विविध वनस्पतींची नावे पण आपणास माहीत नसतात. आयुर्वेदिक औषधीशास्त्रात विविध वनस्पतींची पंचांगे ही अनेक रोगहारक कार्यांसाठी वापरली जातात. वनस्पतीची बाह्यसाल, आंतरसाल, पानांचा रस, फुलांचे चूर्ण, फळातील मगज बी यातील घटक, मुळीचा काढा अशा एक ना अनेक रीतींनी औषधी उपयोग आयुर्वेदात करून घेतलेले असतात. इतकेच नव्हे, तर काही आसवे, काढे, भस्म या रूपांनी पण वनस्पतींचा वापर करण्यात येत असतो. मानवी आरोग्याच्या दृष्टीने त्याच्या परिसरातीलच झाडझाडोरा अनंत हस्तांनी मदत करण्यास तयार असतो. आज पाश्चात्त्य देशात या वनस्पतींच्या गुणधर्मांचे आणखी सखोल संशोधन चालू आहे. पपईच्या पिकातील अनेक औषधी व इतर कार्यांसाठी वापरात असणारे पेपेन, तर सदाफुलीच्या मुळीमधील रसात सापडणाऱ्या शंभरावर पदार्थांतील एका पदार्थाचा कॅन्सरहारक म्हणून उपयोग, अशी वर्तमानपत्रात ठळक चौकटीत येणारी वार्ता आपण रसिकपणे वाचलेली असते; पण अशा माहितीचा आपण प्रयोगबुद्धीने पाठपुरावा करावा ही वृत्ती आपण आजपर्यंत जोपासलेली नसते.

करंज पेंड, कडुलिंब पेंड, एरंड पेंड वाळवीला मारक असते, ही परंपरागत

माहिती आज आपण पार विसरत चाललो आहोत. अंगाला खरूज आली की, कडुलिंबाची पाने टाकून गरम केलेल्या पाण्याची अंघोळ केली की, चांगला उपयोग होतो हेही आपणास माहीत असते. कडुलिंबाचा पालापाचोळा धान्य ठेवावयाच्या कणगीत खालवर भरला तर धान्याला कीड इ. होत नसते, हा अनुभव तर आता आजची पिढी विसरत चालली आहे; पण ज्वारीवरचा मावा मारण्यास कडुलिंबाच्या पानांचा रस कसा उपयुक्त ठरतो, त्याचाही प्रायोगिक पाठपुरावा आपण करीत नाही. तंबाखूचे पाणी हे एका वेळी असेच काहीजण कीटकनाशक म्हणून वापरत होते; पण आता आपण रासायनिक औषधांच्या नादाने झपाटलो गेलो असल्याने आपण रोज रोज महागडी, नवी नवी औषधे बाजारातून आपले खिसे रिते करून आणीत असतो. अशा जालीम औषधांना त्या किडी दाद देत नाहीत, त्यांची पुढची पिढी ही विष पचवण्याची ताकद असलेली बनते, हेही हताशपणे आपण अनुभवत असतो. किंबहुना, आपले विहिरीचे पाणी, आपले रोजचे अन्न व आपली त्वचा इत्यादी मात्र या सर्व औषधी वापराने अधिक प्रदूषित व विखारयुक्त बनवीत असतो.

वनस्पतींमध्ये कोठे कोठे, काय काय आहे?

बीमधून अंकुरत वर येणारे गवत, टाकळा इत्यादी वर्षायु वनस्पती अगर ऋतुमानाप्रमाणे नवीन फूट येणारी कुंपणातील झुडपे वा मोठे वृक्ष इत्यादी बहुवर्षीय वनस्पती, यांची नवी वाढ होताना त्या नव्या वाढीसाठी त्यांना फॉस्फेट हा घटक सर्वप्रथम लागत असतो. म्हणजे अगदी कोवळे कोवळे शेंडे, टाळे आपण तोडून गोळा केले तर या वेळी वनस्पतींनी आपणाला फॉस्फेट पुरवण्यास हातभार लावला असे म्हणता येईल. वाढणाऱ्या जनावरांच्या शरीरातील हाडे बनण्यासाठी फॉस्फेटची गरज असते व भाजलेल्या हाडांचा चुरा हा झाडांना फॉस्फेट पुरवणारे सर्वांत चांगले खत आहे असे आपणास माहीत असते; पण त्या त्या जनावरांनी ते ते फॉस्फेट त्यांच्या रोजच्या चरण्यातून मिळवलेले असते, ही साधी बाळबोध गोष्ट आपल्या प्रथम लक्षात येते तेव्हा आपल्या अडाणीपणाची बोच आपणास जाणवल्याशिवाय राहत नाही. वनस्पतीतील कुठलीही नवी वाढ व्हावयाची असेल, तर बोरॉन, लोह, कॅल्शियम यांना पण फॉस्फेटबरोबरच कामाला लागावे लागते. (का व कसे ते पुढे लेखमालेत यथावकाश येईल.) यातील मूलद्रव्यांना वनस्पतीतील आपली नेमलेली जागा कधीच सोडता येत नाही. म्हणजे वनस्पतीचे अगदी कोवळे भाग खत आदी रूपांनी वापरले अगर जनावरे, शेळ्या, मेंढ्या इत्यादींना खाऊ घातले तर ते भाग जून भागापेक्षा फार निराळे काम करू शकतील, हे आता लक्षात येईल. पावसाळ्याच्या सुरुवातीचे तण इत्यादी या रीतीने आपणाला काही नेमकेच घटक अधिक प्रमाणात पुरवतील. या उलट वनस्पतीची रसरशीत वाढ चालू असताना नत्र, मॅग्नेशियम व

पोटॅश यांना महत्त्वाचे कार्य करावयाचे असल्याने कोवळे शेंडे पूर्ण पसरून वाढले की, मग आपण झाडाच्या टहाळ्या गोळा केल्या तर नत्र, मॅग्नेशियम, पोटॅश इ. बाबतीत आपण अधिक पुरवठा मिळवला असेल हे लक्षात येईल. याचप्रमाणे झाडाची पाने पिकून खाली गळली तर त्यात फक्त पानांतील धाग्यांचा भाग व कॅल्शियमची राख अधिक प्रमाणात मिळेल. उलट पाने हिरवी असताना पिकण्याच्या सुमारास काढली तर त्यात नत्र, मॅग्नेशियम, पोटॅश, फॉस्फरस हेही घटक, (काही अल्कलॉइड्स), अनेक तऱ्हेचे मेण व तेल, अन्न असणारे घटक काही प्रमाणात असतील. झाडांना बोरॉन, लोह, कॅल्शियम, मँगेनीज हे घटक एका ठिकाणाहून दुसरीकडे वाहून नेता येत नाहीत; पण पोटॅशियम, नत्र, फॉस्फेट घटक एका पानातून दुसऱ्या अगर झाडास गरज असेल त्याप्रमाणे नेता-आणता येतात. थोडक्यात, वनस्पतींचे सर्वच भाग सर्वच वेळी सारख्याच मूलभूत रचनेचे नसतात. शिवाय वनस्पती जीर्ण होताना तिच्यात अनेक डांबरी पदार्थ (फेनॉलिक गट), अनेक कैफ आणणारे घटक, तसेच तुरट, आंबटपणा निर्माण करणारे टॅनिन, आम्ल इत्यादी घटक पण बनत असतात. एक मोठी रासायनिक प्रयोगशाळेची व्यवस्थाच प्रत्येक वाढणाऱ्या वनस्पतीच्या स्वरूपात आपणास तिचा उपयोग करण्यास खुणावत असते; पण दुर्दैवाने नत्र, स्फुरद, पोटॅश (एन.पी.के.) म्हणजेच शेतीशास्त्र व खताचे खरे गणित असा एक दुष्ट भ्रम आपल्या विचाराची पकड घेऊन असतो.

तणांचे खरे महत्त्व

आपल्या परिसरातील विविध प्रकारचे गवत हे तृणधान्य गटात येते, तर काही वनस्पती द्विदल गटातील असतात. यातील द्विदल गट आपणास नत्र पुरविण्याची जोडव्यवस्था देत असतो (मुळांच्या गाठी इ.). हे आपणास माहीत असते, तर तृणधान्यवजा गवत आपणाला तिच्या मुळाच्या जाळीत तयार होणारी अतिउत्तम ह्युमसयुक्त पोयट्याची माती (पानमळ्यात आपण वापरतो ती) पुरवीत असते; पण या सर्वांवर खरी कडी म्हणजे या जमिनीत जी निरनिराळी तणवजा वनस्पती उगवत असते, ती आपणास झाडांना व प्राण्यांच्या आरोग्यास लागणारी कोबाल्ट, आयोडीन, मॉलिब्डेशियम यांसारखी सूक्ष्म घटकद्रव्ये गोळा करून (जमिनीच्या खालच्या थरात विखुरलेली) वरच्या मातीत आणून टाकत असतात. याबाबतचा पहिला अभ्यास ब्रिटनमध्ये शेळ्या पाळणाऱ्या व्यक्तींनी केला. तणविरहित स्वच्छ लागवड केलेला चारा वा चवळी इ. सारखा खुराक दिला तरी केस गळणे, उत्साह कमी होणे या गोष्टी शेळ्यांत दिसू लागल्यावर त्यासाठी कोबाल्ट इ. तयार गोळ्यांचा पुरवठा करून हे आजार कमी करावे लागले. पूर्वी हे अतिसूक्ष्म घटक (ट्रेसएलिमेन्ट्स) शेळ्या-मेंढ्यांना ओसाडीतील तणांतून मिळत असत व मशागतीखाली व लागवडीखाली

न आणलेल्या जागेत शेळ्या चारल्यावर हा सूक्ष्म घटकांच्या कमतरतेचा रोग आपोआप कमी होतो, हेही लक्षात आले. उलट तयार सूक्ष्म घटक गोळ्या देण्याने शेळीपालनाचा खर्च अनाठायी वाढतोच; पण शेळ्यांच्या मूत्रपिंडांवर देखील प्रमाणाबाहेरील सूक्ष्मद्रव्ये शरीराबाहेर फेकण्याचा ताण पडतो व त्या शेळीच्या लेंड्या व मूत्र यांच्या वापराने या जादा सूक्ष्मद्रव्यांच्या मात्रेने जमिनीतील इतर खतांच्या मात्रेतील समतोलपणा बिघडत जातो.

'तुझे आहे तुजपाशी, परी तू जागा चुकलाशी' हे किती रीतींनी व किती अंगांनी आपणास खुणावू शकेल ते वरील विवेचनाने आपल्या लक्षात येईल. तण हे आपल्याला अत्यावश्यक सूक्ष्म घटक (ट्रेसएलिमेन्ट्स) नेमक्या प्रमाणात पुरवणारा कारखाना आहे. ते कारखानेच आपल्या शेतातून हद्दपार केले की, ट्रेसेल इ. फवारणी आपणाला देण्याखेरीज गत्यंतर राहत नाही. अज्ञानामुळे आपल्याच हाताने आपण कशा नवीन अडचणी उभ्या करतो याचे एक उदाहरण इथे देण्यासारखे आहे. शेळी अवेळी 'गाभाटण्यास' निमंत्रण देणे होय. तीच गोष्ट मूल पोटात वाढत असताना डोहाळे लागून मातीची ढेकळे खावीशी वाटणे म्हणजे कॅल्शियमची कमतरता आहे, ही गोष्ट समजली तर वेळीच योग्य आहारातून त्याचा पुरवठा करण्याने ही गरज साधता येईल. नुकतीच चारा खाऊ लागलेली करडे वाढवताना देखील त्यांना लुसलुशीत चाऱ्याऐवजी हाडे व मांस दोन्ही वाढवणारे असे खाद्य पुरवणे, आपल्या परिसराचा जरा डोळस वापर केला तर सहज शक्य असते; पण आपल्या परिसराची सविस्तर ओळखच करून घ्यावयाची नाही वा आपणाला हितकारक संतुलित परिसर कसा उभा करावा याची प्रयोगदिशाच घ्यायची नाही, असे ठरवले तर जगातील सर्व बहुखर्चीक योजना जरी आपल्या पाठीशी उभ्या राहिल्या तरी आपले खरे दारिद्र्य कधीच हटणार नाही.

असे आकडे अभ्यासले पाहिजेत

मिळणाऱ्या वनस्पती खाऊनच शेळ्या-मेंढ्यांच्या लेंड्या, मूत्र व जनावरांचे शेण व मूत खत म्हणून देत असतात; पण या खाद्यातच अपुरेपणा राहिल्यास त्यांच्यातर्फे मिळणारे खत पण तेवढेच कमी प्रतीचे असणार हे आता समजू शकेल. चांगल्या, दर्जेदार एक टन सुक्या वजनाच्या शेणखतात पुढील घटक मिळाले पाहिजेत : २० किलो नत्र, आठ ते दहा किलो फॉस्फरस (P_2O_5), २४ ते २८ किलो पोटॅशियम (K_2O), २८ किलो कॅल्शियम (CaO), सहा किलो मॅग्नेशियम (MgO), चार किलो गंधक (SO_4), २० ते ३० ग्रॅम बोरॉन, २०० ते ४०० ग्रॅम मँगेनीज (MgO), २० ते ३० ग्रॅम तांबे, १२५ ते २०० ग्रॅम जस्त (झिंक), दोन ते तीन ग्रॅम कोबाल्ट व तितकेच म्हणजे दोन ते तीन ग्रॅम मॉलिब्डेनियम. (संदर्भ –

रशियन पुस्तक.) आपल्या वनस्पतींतर्फे हे घटक जनावरांना मिळाले व ते त्यांनी परत केले आहेत. ही मूळ गोष्ट लक्षात घेतली तर आपल्या भोवतालची वनस्पतिसृष्टी आपणास केवढे प्रचंड साहाय्य कधीही न संपणाऱ्या (म्हणजेच उदंड) स्वरूपात करू शकेल ते लक्षात येईल; मात्र यासाठी मिश्र वनस्पतींची वाढ आपल्या परिसरात उभी केली पाहिजे व वनस्पतीचा प्रत्येक घटक आपल्या प्रगतीसाठी नेमका, संदर्भ लक्षात घेऊन वापरला पाहिजे. याबाबत पश्चिम जर्मनीतील एका प्रयोगाची माहिती आपण पुढील लेखांकातून करून घेणार आहोत; मात्र हे लेखांक वाचताना आपण स्वत: याबाबत चढते-वाढते प्रयोग करण्याची व स्वत:चे प्रयोग-निष्कर्ष प्रमाणित करण्याची हिंमत बाळगली पाहिजे.

सजीव सृष्टीची देणीघेणी

अतिसूक्ष्म, परंतु अतिशय महत्त्वाच्या ठरणाऱ्या आपल्या प्राथमिक पण पायाभूत गरजा आपण समजून घ्यायलाच हव्यात. या गरजा भागवण्यात आपण अयशस्वी ठरलो तर आपल्या जीवनाचा पायाच उखडला जाईल. जे आपणाबाबत खरे तेच प्राणिसृष्टीबाबतही खरे आहे. या सजीव सृष्टीची परस्परांशी देणीघेणी असतात.

♣

ग्रामीण परिसरात पावसाळा आला की, काकडी, कारली, दोडकी यांसारखी वेलभाजी आवडीने लावली जाते व वांगी, गवार, मुळा यांसारख्या भाज्या पण वाढवल्या जातात. आपल्या आरोग्याला तांबे, जस्त, पोटॅश, कॅल्शियम, लोह इत्यादी अनेक घटक योग्य मात्रेत व योग्य स्वरूपात पुरवण्याची क्षमता या पदार्थांत असते. कारले आपणांस तांब्याचे अंश पुरवेल. तांबे आपला उत्साह वाढवते. तांबे असलेले क्युप्राव्हिट इ. टॉनिक घ्या, मग उत्साह वाढेल असे वर्तमानपत्र, रेडिओ, टी.व्ही. इत्यादींवरील अनेक जाहिरातींनी आपल्या गळ्यात मारावयाचे ठरवलेले टॉनिक निसर्ग बिनबोभाट आपणास पुरवीत असतो. दोडकी जस्त पुरवेल, तर वांगी पोटॅश पुरवतील. मुळ्याची पाने लोह इत्यादी घटक आपणास पुरवू शकतात. आपल्या मसाल्यातील आले किंवा स्वच्छ न केलेले काळे मीठ आपणास लागणारे आयोडीनचे अंश पुरवीत असते. चरचरीत फोडणी देणारी तापलेली पळी अथवा तव्यात केलेली भाकरी ही पण लोह पुरवत असते; आपण पदार्थांना चव यावी म्हणून घालत असलेले अनेक मसाल्याचे पदार्थ मोहरी, जिरे, लवंग, लसूण याच रीतीने अनेक सूक्ष्म मूलद्रव्ये सेंद्रिय स्वरूपात पुरवतात व आपली खरी भूक भागवतात.

सूक्ष्म घटकद्रव्ये पुरेशा प्रमाणात नसली की, आपणाला खोटी खा खा अगर वखवख सुरू होते व काही खास पदार्थ खावेत अशी इच्छा होऊ लागते. कित्येकदा तर ठरावीक जागेची, भिंतीची मातीच खावी अशी वेडी भूक लागते. जनावरे पण काही ठिकाणची माती चाटू लागतात. गेंड्यासारखे महाकाय प्राणी तर अशा प्रसंगी आपल्या वस्तीशेजारची मातीच्या माती पोटात रिचवत असतात.

आपला वारसा

आपल्या रोजच्या आहारात असणाऱ्या अनेक पदार्थांपैकी सर्वांत महत्त्वाचे पदार्थ कोणते, असा प्रश्न केला तर आपण चटकन भाकरी-कालवण असे बोलून जाऊ; पण नुसते हेच पदार्थ खाऊन आपले शरीर काम करू शकत नाही. अनेक तऱ्हेची खनिजे आपल्या निरनिराळ्या आहारांतून आपणाला योग्य प्रमाणातच पुरवली जावी लागतात. आपल्या आहारात दोन मोहरी वजनाचे लोह विविध पदार्थांपासून सूक्ष्म कण कण करीत गेले पाहिजे. भाज्या, फळे, अंडी अशा पदार्थांमधून अगर फोडणी लोखंडाच्या पळीने देऊन आपण हे मिळवले पाहिजे; पण गंमत म्हणजे दुधामध्ये लोहाचा लवमात्र अंश नसतो. आपल्या रक्तातर्फे शरीरातील प्रत्येक पेशीला ऑक्सिजन पुरवण्याचे कार्य, रक्तातील लाल पेशी करतात. रक्ताच्या एका थेंबामध्ये अशा दशलक्षांवर पेशी असतात. त्या प्रत्येक पेशीच्या केंद्रभागी हे लोह हजर असते व ऑक्सिजन वाहून नेण्यास मदत करते. आपल्या शरीरातील पेशींची मोजदाद करावयाचे ठरवले तर ती परार्धवर असते. आपल्या भारताची लोकसंख्या आता शंभर कोटीच्याही पुढे गेली आहे. असे शंभर कोटी घेऊन, ते दहा कोटींशी गुणले तर जी संख्या होते तेवढ्या पेशी आपल्या शरीरात असतात. (हे गणित जरूर करा. कागदावर शंभर कोटी हा आकडा लिहा व त्याच्याखाली दहा कोटी हा आकडा लिहा व दुसरीच्या इयत्तेत असताना केला तसा गुणाकार करा. हा गुणाकार एकावर सतरा शून्ये एवढा येतो. यालाच परार्ध म्हणतात.) थोडक्यात, या परार्ध पेशींना फुफ्फुसांवाटे ऑक्सिजन घेऊन पोहोचवावयाचा व परत त्या पेशीकडील अशुद्ध वायू – कार्बन-डाय-ऑक्साइड फुफ्फुसात आणून बाहेर सोडावयाचा ही क्रिया या रक्तपेशींतील लोहामुळे होते. या लोहापेक्षाही कमी प्रमाणात आपल्या आहारात आयोडीन असावे लागते. कमाल शंभर दिवसांत एका मोहरीएवढे आयोडीन आपण आपल्या आहारातून घेतलेच पाहिजे; पण शक्यतो वीस-पंचवीस दिवसांतच एवढे आयोडीन आपण आहारातून मिळविणे उत्तम. आपल्या शरीरातील कार्यशक्तीचे योग्य नियोजन आयोडीन करते व त्याच्या अभावी आपण निरुत्साही, रखरखीत अंग व निस्तेज केस असलेले दिसू लागतो. आयोडीन आहारामध्ये नसलेच तर मग गंडमाळसारखे रोग होतात. समुद्रापासून दूरवर

राहणाऱ्या आदिवासी वगैरे लोकांत असे विकार फार दिसतात; कारण आयोडीनचा मुख्य पुरवठा समुद्रातील काळ्या मिठातून होत असतो अगर आले वगैरेंसारखे मसाल्याचे पदार्थ व समुद्राशेजारच्या लवंगा, मिरी यांसारखे पदार्थ करीत असतात. आयोडीनपेक्षाही कमी प्रमाणात रोजच्या आहारात आपणास तांबे, जस्त, मँगेनीज, कोबाल्ट हे पदार्थ हवे असतात. कोबाल्ट तर आपणाला हवेत वावरणाऱ्या कणांपासून पण मिळू शकते, असे समजले जाते. जीवनसत्त्व बी-१२ मध्ये कोबाल्टचा मोठा वाटा असतो व हे जीवनसत्त्व आपल्या आरोग्याच्या दृष्टीने अत्यल्प प्रमाणात असूनही महत्त्वाचे कार्य करीत असते. तांबे आपल्या मज्जासंस्थेच्या व तिच्यावरील आवरणाच्या योग्य वाढीसाठी अत्यावश्यक असते; जस्त हे पेशींच्या वाढीमध्ये महत्त्वाचे कार्य करते. नवा गर्भ वाढताना जस्त हे अत्यावश्यक ठरेल; मात्र या सर्वांची मात्रा २० ते ४० दिवसांत एका मोहरीएवढीच असते.

आपणाला वरील घटकद्रव्ये इतक्याच अल्प प्रमाणात का लागतात याचे शास्त्रांनी एक मोठे मार्मिक उत्तर काढले आहे. कोट्यवधी वर्षांपूर्वी या जगात पहिली सजीव सृष्टी जन्माला आली व तेव्हा ती फक्त एकपेशीय जीवसृष्टी होती. या जीवसृष्टीत हळूहळू उत्क्रांती होत होत, प्रथम समुद्रात वावरणारे मासे इत्यादी झाले. नंतर जमीन व समुद्रात वावरणारे बेडूक, कासव यांसारखे प्राणी बनत बनत सरतेशेवटी माणूस उत्क्रांत झाला. आज प्रत्येक माणूस म्हणजे परार्धवर पेशींचे संघराज्य आहे हे आपण पाहिले; पण तरीही या पेशींनी आपला जुना वारसा आहे तसाच जतन करून ठेवला आहे. यामुळे ज्या वेळी पहिला जलचर प्राणी बनला त्या वेळी समुद्रात जो खारेपणा व जे इतर घटक होते ते घटक अद्यापही या सर्व पेशींना जवळजवळ तसेच पुरवावे लागतात. आपल्या रक्तावाटे हा समुद्र आपण या पेशींना पुरवीत असतो; म्हणून आपल्या रक्तात खारटपणा राखण्यास आपणास सतत मीठ घ्यावे लागते; कारण घाम, मूत्र आदी वाटेने ते कमी झाले की त्याची भरपाई रोज जेवणात तेवढेच पुरेसे मीठ घेऊन करावी लागते. नाहीतर स्नायूंतून चमका सुरू होतात व जादा मीठ घेतल्यास मूत्रपिंडविकार व उच्च रक्तदाबविकार वाढतात. आपल्या शरीरात सोडियम हा पेशीबाहेर मुक्काम ठेवून तेथील रक्तद्रवात व रसात समुद्राच्या पाण्याच्या मिठाची पातळी राखत असतो. संपूर्ण शरीरात किलोमागे सुमारे तीन ग्रॅम या रीतीने मीठाची गरज असते. तर पेशीच्या आत पोटॅशियम मुक्काम करून पेशीतील अनेक कामकाजांत व्यवस्थापन करीत सहभाग देत असतो. याची पण शरीरातील एकूण पातळी एक किलोमागे सुमारे तीन ग्रॅम याप्रमाणे असते. म्हणजे सरासरी ६० किलो वजनाच्या प्रौढ माणसाच्या शरीरात, २०० ग्रॅम सोडियम व २०० ग्रॅम पोटॅशियम क्षार असतात. क्रोमियम हा पदार्थ तर आपण स्टेनलेस स्टीलमध्ये वापरात आणलेला एक घटक म्हणून ओळखतो; पण त्याची

मात्रा दहा हजार दिवसांस एक मोहरी एवढी आपणास मिळालीच पाहिजे, तरच आपल्या शरीरातील ग्लुकोज साखरेची योग्य पातळी राखली जाते. नाहीतर मधुमेह होतो. मधुमेहाचा विकार झाला की क्रोमिअमची गरज वाढती ठेवावी लागते. मॅग्नेशियम, कॅल्शियम, फॉस्फरस यांसारख्या इतरही अनेक घटकांच्या आपल्या आरोग्याबाबतची माहिती आपणास अधिक अभ्यासाने सहज मिळवता येईल.

आपला परिसर तारक की मारक?

आपल्या प्रत्येकाच्या खऱ्या गरजा कोणकोणत्या वा किती किती याचे हे त्रोटक तपशीलवजा चित्र, आपणास सहज अनेक ठळक गोष्टी लक्षात आणून देईल. आपण खात असलेले अन्न व ते अन्न निर्माण होते तो परिसर याचे काहीतरी अतूट नाते आहे हे तर आपणाला समजतेच; पण मग गरीब ग्रामीण घरातील व्यक्तींना दोडकी व कारली हीच खरी प्रिय तारक भाजी वाटते. म्हणजे महत्त्वाच्या घटकांबाबत ग्रामीण जनतेची उपासमारच चालू आहे. दोडकी, कारली परसदारी काढली नाहीत तर बाजारातून ती विकत आणण्याला पैसा नसल्याने ती उपासमार त्यांना सहन करावी लागते. त्यापाठोपाठच अनेक रोगही त्यांच्या मानगुटीला बसतात, हे सहज लक्षात येईल.

आपल्या परंपरेत एकेकाळी स्त्रियांनी शुक्रवारी फुटाणे खाण्याचे व हळदी-कुंकवास चणे लुटण्याचे शास्त्र होते. स्त्रियांच्या मासिक पाळीतून रक्त जात असल्याने त्याची भरपाई करण्याची ही एक परिसराला अनुसरून चांगली सांस्कृतिक परंपरा होती; कारण चण्यांत लोहाचे प्रमाण चांगले असते व नवे रक्त बनविण्यास त्या लोहाची मदत मिळत असे. आता ही परंपरा तुटली. सभोवतालच्या शेतात रब्बीत हरभरा न घेता दुसरीच पिके घुसली व अशा ग्रामीण स्त्रियांमध्ये पांढुरता (ॲनिमिया) हा लोह कमी असल्याने येणारा विकार वाढीला लागला. मग या नावे सरकारी दवाखाने व त्या वाटेने वाटप होणाऱ्या आयर्नच्या गोळ्यांची विक्री असा नवा धंदा उभा राहिला. आपल्या सांस्कृतिक परंपरा अनेक संदर्भांना धरून उभ्या असतात. आधुनिक शास्त्राने हे संदर्भ पाहत गेले तर पानविडा हा अनेक व्हिटॅमिन्स व अनेक सूक्ष्म घटक योग्य रीतीने सार्वत्रिक पोहोचविण्याची व्यवस्था होती हे दाखवून देता येते. मग व्हिटॅमिन्सच्या बाटल्या वा टॉनिक गोळ्या यांची चलती, या पानविड्याचे नेमके शास्त्र आपल्या परिसराला धरून अगदी घराशेजारी नव्हे, तर दिवाणखान्यात पानवेल वाढवून आपण सहज मोडू शकतो. (टीप : दिवाणखान्यात पानवेल वाढवणे ही चर्चा यथाकाल येईलच.) खोबऱ्याचा एक अगदी लहान तुकडा हा अनेक टॉनिकच्या बाटल्यांची बरोबरी करील असा असतो व पूर्वी देवाला नारळ फोडून प्रसाद सर्वांना मोकळेपणाने वाटण्याने हा कार्यभाग अगदी गरिबापर्यंतही

उत्तम रीतीने पोहोचत असे. आपल्या घराशेजारील सांडपाण्यावरच नारळीचे झाड रसरशीत जोमदार वाढवता येईल व नारळाच्या जातीप्रमाणे चौथ्या ते सातव्या वर्षात प्रत्येक नारळाला १५० ते ३५० नारळ देखील घेता येतील, हे विचार आपणास आज अद्‌भुत सृष्टीतील परिकथेसारखे वाटतात. (प्रयोग : संदर्भ चौकट एक पाहा.)

प्रयोग : संदर्भ एक

प्रत्येक सजीव प्राणी आपल्या शरीरातील पेशींच्या नावाने शरीरात समुद्र निर्माण करून वावरत असतो, हे या लेखात आपण पाहिले. माणसाच्या शरीरातील हा समुद्र दर दिवशी घाम, मूत्र इत्यादी रूपाने शरीराबाहेर टाकला जातो. नारळाला माणसाचा शेजार आवडतो अशी एक म्हण आहे. घराशेजारी नारळ असल्यास मुतारी, स्नानगृह, कपडे धुण्याच्या जागा यामुळे घरातील माणसांच्या शरीरातील समुद्र नारळाशेजारी राहतो. फक्त एका माणसाच्या शंभर दिवसांच्या मूत्र-घामात, वर्षाला शंभर नारळ पुरवण्याएवढी खते असतात. दोनशे दिवसांच्या मूत्र-घामात सहज दोनशे नारळ आपणास मिळविता आले पाहिजेत. समुद्राशेजारची आवड असलेला नारळ हा कल्पवृक्ष आपल्या दारातच दोनदोनशे नारळ कसे देईल हे या लेखमालेत टप्प्याटप्प्याने येणार आहे. तूर्त हा प्रयोगसंदर्भ आपण अधिक प्रयोगांसाठी वापरून पाहण्याची प्रयोगदृष्टी मिळवली पाहिजे.

आपणा स्वत:बाबतचा विचार सोडून आपण आपली गुरेढोरे, शेळ्या, मेंढ्या, कोंबड्या यांबाबत विचार केला तरी यासारखेच नेमके संदर्भ या प्राण्यांबाबत पण आढळतात. मग जनावर गाभ जाण्यास कोबाल्ट गोळ्या, शेळी वांझ राहते म्हणून आयोडीनयुक्त औषधाची मात्रा या गोष्टी बाजारातून भराभर आणून आपले प्रश्न सुटलेले नसतात. आपण अशा वेळी फसलेले असतो, हे आता लक्षात येईल; कारण या प्राण्यांना देखील हे पदार्थ चार-दोन मोहरी वा प्राण्याचा आकार मोठा तर एका गव्हाच्या दाण्याच्या वजनाएवढेच लागणार असतात, याचा पत्ताच नसल्याने (खरे पाहता अनेक तण ते देतात.) आपण आपल्या हाताने आपले पैसे आंधळ्या विज्ञानदृष्टीने बाजारी वस्तूंत ओतत असतो. (प्रयोग संदर्भ चौकट दोन पाहा.)

प्राणिपालन : एक मूलभूत प्रयोग : संदर्भ दोन

'गवत, चवळी वर्गाची कडवळवजा रोपे, विविध तऱ्हेच्या झाडांच्या डहाळ्या व बटरकप नेटल, डेझी यांसारखे तण व फळबागांतील प्लॅन्टेन व यारो यांसारखी जमिनीलगत येणारी तणे व गवताळ कुरणातील चिकोरी व बर्नेट यांवर आपली जनावरे व शेळ्या इ. अनेक शतके वाढवली जात. हा सर्व झाडझाडोरा व तण इत्यादी हे प्राणी आवडीने खातात, हे प्रत्येक डोळस शेतकऱ्याला माहीत होते; पण गवताच्या ठरावीक बेण्यांची तणविरहित, स्वच्छ लागवड सुरू झाल्यावर वार्षिक गवती उत्पादनात वाढ तर नाहीच; पण आता ब्रिटनमधील जनावरांना वर्षाला चाळीस हजार टनांपर्यंत खनिज मिश्रणे चारावी लागतात. पूर्वी काहीही खनिजे न देता जनावरे निरोगी व टुणटुणीत असत. आता ती खनिजांची कमतरता अथवा जादा खनिजांची मारकता दाखवणारी, आजारलेली व आजाराला चटकन बळी पडणारी असतात. शेतातील तणविरहित स्वच्छ लागवड म्हणजे महत्त्वाच्या खनिज पुरवठ्यात वीस टक्के घट होय.

(शेळीपालन पृष्ठ १२५, डेव्हिड मॅकेन्झी फेबर व फेबर लि., लंडन)

विशेष सूचना : ब्रिटनमधील तणांचे काही प्रकार वर आले आहेत. आपल्याकडील शेळ्या, मेंढ्या, गाई, म्हशी यांना कोणकोणती तणे आवडतात याची माहिती धनगरवाड्यातील हुशार धनगर अगर आपल्या परिसरातील हुशार, वृद्ध व्यक्ती पुरवू शकतील.

आपली देणी-घेणी

या लेखांकाचा समारोप करण्यापूर्वी एका नव्या विषयाला थोडी सुरुवात करून ठेवणे महत्त्वाचे ठरेल. आपल्या परिसराचा, आपला व आपल्या सभोवतालच्या प्राणिसृष्टीचा एक काटेकोर व्यवहार दररोज चालू असतो. या सृष्टीत अनाठायी संचयप्रवृत्तीला वाव नाही. आज आपण जेवढे अन्न व त्या अन्नावाटे जेवढी घटक द्रव्ये, क्षार इत्यादी शरीरात घेत असतो, तेवढी मूळ घटकद्रव्ये व क्षार या नाही त्या स्वरूपात निसर्गाला एक दिवसातच परत करावी लागतात. ती परत न करता शरीरात राखली तर ती विषवत् होऊन आपल्याला विकार अगर रोग होत असतात. एवढेच नव्हे तर आपण जिवंत असेपर्यंत निसर्गाकडून काही काळ वापरण्यासाठी

घेतलेले शरीर हेही आपणास मरणोत्तर निसर्गाच्याच पेढीवर जमा करावयाचे असते. 'शीर्यते इति शरीरम्' जे मोडकळीला येते ते शरीर, ही शरीर या शब्दाचीच उपपत्ती आहे. म्हणून आपले टिकवणे म्हणजे सततच्या या देण्याघेण्याच्या घडामोडीत सहजपणे देत-घेत राहणे. आपल्या शरीरातील रक्त चार महिन्यांत नष्ट होत असते. आपल्या शरीरात हाडांत असलेले कॅल्शियम, फॉस्फरस आपल्या हाडांतून शरीरात गरजेप्रमाणे नेला जात असतो व वापरला जात असतो. आपण अन्नावाटे एका बाजूला अनेक घटकद्रव्ये घेत असतो, तर दुसऱ्या वाटेने मलमूत्रावाटे ती निसर्गाला परत देत असतो. अन्नातील नत्र शरीरातील त्याची कारकीर्द संपताच मूत्रावाटे अगर आतड्यातून मल जाताना आतड्याची आतली त्वचा झिजते. त्यावाटे परत निसर्गात दाखल होत असते. आपण घेतलेली साखर वा पिठूळ पदार्थ यांची परतफेड ते पदार्थ जाळून त्यांपासून कार्बन-डाय-ऑक्साइड वायू बनवून आपण श्वासावाटे बहुतांशी परत करतो. थोडक्यात, आपल्या परिसराशी असणारे आपले नेमके नाते समजून घेण्यास हा निसर्गाचा काटेकोर व्यवहार आपण अभ्यासला पाहिजे. पुढील लेखांक ४मध्ये याची आपण अधिक चर्चा करू.

जैविक सृष्टीचे निसर्गचक्र

आपण मका पेरून तो साठ दिवसांत रसरशीत असताना म्हशीला द्यावयाचे ठरवले तर एका दिवसासाठी म्हशीला जेवढ्या पेंढ्या मका लागेल तेवढा मका देणाऱ्या जागेस म्हशीचे एक दिवसाचे शेण-मूत्र साठ दिवसांत योजनापूर्वक पुरवले की, म्हशीच्या चाऱ्याचे घरगुती सुलभचक्र आपण बसवू शकतो.

♣

आपली देणी-घेणी, लेखांक तीनच्या अखेरीस आपली रोजची देणी-घेणी प्रत्येक प्राणिमात्राला दररोज चुकती करावी लागतात, हा निसर्गाच्या 'उद्योगपेढीचा' पहिला नियम आपण समजून घेतला. या नियमाचा अधिक बारकावा लक्षात आला तर पायाशुद्ध आर्थिक क्रांतीचे आद्य प्रयोगसूत्र आपणास हस्तगत करता येणार आहे. चर्चेसाठी आपणास माणूस, गायी, बैल, म्हशी, कोंबड्या, शेळ्या, रेशमी-किडे, उंदीर, गांडुळे (दानवी) यांपैकी प्राणिसृष्टीतील कोणताही लहान-मोठा प्राणी निवडता येईल. दुधाचा व्यवसाय करणाऱ्या शेतकऱ्यांच्या दृष्टीने ही चर्चा करावयाची ठरवली तर आपल्या म्हशीला आपण रोज जेवढा चारा (सुका-ओला) देत असतो तेवढे सर्व म्हशीने दुसऱ्या दिवशी दूध, शेण, मूत्र या रीतीने निसर्गात परत करावयाचे असते. या परत करावयाच्या साखळ्या कितीही गुंतागुंतीच्या असल्या तरी त्यांचा अंतिम हिशोब 'जेवढे घेतले तेवढे परत केले' असा असावा लागतो. (म्हणजे आजच्या खाद्यातील नत्र रक्तात जाईल तर रक्तामांसातील पूर्वी घेतलेले नत्र आज मूत्र आदी वाटेने परत होईल.) म्हणजे म्हशीने ओला चारा, सुका चारा, आंबोण यातून नत्र, फॉस्फेट, तांबे, जस्त, पोटॅश, मीठ इ. घटक, आपल्यासाठी व दूधनिर्मितीसाठी वापरलेले असतात व तेवढेच नत्र त्याच दिवशी शेण, मूत्र व दुधावाटे परत केलेले

असते. थोडक्यात, म्हशीने टाकलेले आजचे शेण, मूत्र योग्य काळजी घेऊन परत चारा निर्माण करण्यास आपण वापरू शकलो तर त्या शेण-मूत्रावाटे त्या म्हशीसाठीचे पुन्हा एक दिवसाचे अन्न बनवून देण्यास निसर्ग तयार असतो. हीच गोष्ट जरा सोपी करून प्रयोग पद्धतीने समजून घ्यायची तर आपण मका पेरून तो साठ दिवसांत रसरशीत असताना म्हशीला द्यावयाचे ठरवले तर एका दिवसासाठी म्हशीला जेवढ्या पेंढ्या मका लागेल तेवढ्या पेंढ्या मका देणाऱ्या जागेत म्हशीचे एक दिवसाचे शेण-मूत्र साठ दिवसांत योजनापूर्वक आपण पुरवले की, म्हशीच्या चाऱ्याचे घरगुती सुलभ चक्र आपण बसवू शकू. अर्थात असे चक्र उभे करताना मक्याच्या वाढीच्या सुरुवातीच्या काळात कमी जागा देऊन नंतर रोपांना पेरे सुटताना जादा जागा पुरवण्याची प्रयोग पद्धती बसवली तर फक्त ३० दिवसच ३० चौरस फुटात वाढणारा मका पुन्हा एक दिवसाचे चारा चक्र उभे करील व असे ३० वेळा लागोपाठ म्हणजे गुंठाभर जागेतच मका, शेवगा, उंबर इत्यादी मिश्र वनस्पतींना विशिष्ट रीतीने पुरवून आपण म्हशीच्या चाऱ्याचा प्रश्न कायमचा आपल्या आटोक्यात आणून ठेवू शकू. 'तुझे आहे तुजपाशी, परी तू जागा चुकलासी' ही म्हण मग खऱ्या अर्थाने आपण समजून घेऊ शकू. (अशा प्रयोग लागवड तंत्राची चर्चा या लेखमालेत यथाकाल येणार आहे. चालू लेखात म्हशीचे रोजचे शेण-मूत्र म्हणजेच म्हशीचे रोजचे चारा-वैरण, दाणा-काडी असा संदर्भ तेवढा स्पष्ट केला आहे.)

या लेखातील प्रमुख चर्चा ही अद्याप परिसरात उपलब्ध होऊ शकणाऱ्या अतिसूक्ष्म स्वरूपात लागणाऱ्या तांबे, लोह, जस्त, कोबाल्ट, मँगेनीज या व यांसारख्या मूळ घटकांबाबतची आहे. निसर्गामध्ये हे पदार्थ आज अमर्याद स्वरूपात उपलब्ध नाहीत. आज जगातील सर्व उपलब्ध तांबे सर्वत्र सारखे वाटून द्यावयाचे ठरवले तर आपल्या शेतातील एक किलो सुक्या मातीत ते एका तांदळाच्या वजनाइतकेच जेमतेम पुरवता येईल. असेच वाटप आयोडीनचे केले तर दर किलोमध्ये ते मोहरीएवढ्याच मात्रेने मिळू शकेल. अशा एक किलोत जस्त दोन गहूभार, तर लोह एका किलोला ३४ ग्रॅम, कॅल्शियम, पोटॅशियम १३ ग्रॅम, मॅग्नेशियम सहा ग्रॅम, मँगेनीज दीड मोहरी भार या प्रमाणात वाटप करून देता येईल. गहूभार, मोहरीभार हे शब्द चालू शास्त्रीय परिभाषेत कसे मांडतात ती भाषा आपण आता समजून घेतली पाहिजे. अशा वैज्ञानिक साक्षरतेमुळेच आपल्या परिसरात आपली सर्व समृद्धी उभी करण्याचा नैसर्गिक प्रयोगरस्ता आपणास सापडणार आहे. (यासाठी लेखांक ४ : चौकट १ नीट समजून घ्या.)

लेखांक ४ : चौकट १

नवी वैज्ञानिक साक्षरता : सोने आदी मोजताना तोळा, गुंजा, ग्रॅम यांसारखी जुनी-नवी भाषा आपणास माहीत झालेली आहे.

आपल्या खिशात असणारी अधेली पाच ग्रॅम असते तर पावली अडीच ग्रॅम असते. म्हणजे दुकानदाराने पावलीभर मोहरी आपल्याला दिली तर अडीच ग्रॅम मोहरी आपणाला दिली असे म्हणता येते.

आता जरा खास प्रयोग करा. ओळखीच्या दुकानदाराकडे जाऊन पावलीभार तांदूळ, गहू, मोहरी मोजून आणा व त्या पावलीभरातील तांदूळ, गहू, मोहरी याची संख्या मोजा. शक्यतो एकसारखे, टुपटुपीत, न फुटके, न किडलेले दाणे प्रयोगात घ्यावेत हे सांगावयास नकोच.

अशा पावलीभारात ५०० पर्यंत मोहरीचे दाणे भरतात. अडीच ग्रॅमचे लहान भाग मिलिग्रॅम आहेत. एका ग्रॅमचे हजार मिलिग्रॅम होतात.

म्हणजे अडीच ग्रॅम 'पावलीभार'चे २५०० मिलिग्रॅम होतात. याला ५०० मोहरीने भागले की, पाच हा आकडा उरतो. म्हणजे एक मोहरीएवढे आयोडीन तीस दिवसांत आपण वापरत असलो तर त्याचा अर्थ पाच मिलिग्रॅम वजनाचे आयोडीन तीस दिवसांत आपणास मिळाले पाहिजे. मोठ्या माणसाच्या शरीराचे वजन ६५ ते ७० किलो असते, म्हणजे एवढ्या वजनाच्या शरीराची रखवाली किती प्रमाणातील आयोडीन करते ते नेमके समजून येईल.

एका पावलीभरात १२५ तांदळाचे दाणे बसतात; म्हणजे तांदळांच्या एका दाण्याचे वजन २५०० भागिले १२५ म्हणजे २० मिलिग्रॅम म्हणजेच चार मोहरी एवढे असते. गहू, नाचणी, वरी, मूग, मटकी, वाटाणा, हरभरा, शेंगदाणा इत्यादींची वजने मिलिग्रॅम काढून त्यांचे कोष्टक बनवून तुलना करा.

आता एक किलो म्हणजे हजार ग्रॅम याचे मिलिग्रॅम १०००, त्याने गुणले की १०,००००० = दहा लाख होतात. एक लिटर पाण्याचे वजन पण एक किलोच म्हणजे दहा लाख मिलिग्रॅम असते. आता एक लिटर पाण्यात जर एक मोहरी मापाचे '५ मिलिग्रॅम' खत विरघळले असेल तर दहा लाखांत पाच मापे खत आहे असे आपण म्हणू. इंग्रजीत दहा लाखाला मिलियन म्हणतात. दर दहा लाख म्हणजे पॅरामिलियन. भाग म्हणजे पार्ट, पार्ट पर मिलियन. यातील प्रत्येकाचे पहिले अक्षर इंग्रजीत घेतले तर पी.पी.एम. होते. ५ पी.पी.एम. जिब्रॅलिक ॲसिड वापरा. ५० पी.पी.एम.जी.ए.

वापरा. हे सूत्र प्रत्येक द्राक्ष बागायतदार आता समजून वापरत असतो. या लेखमालेच्या अभ्यासकाळी ही माहिती हळूहळू, न बिचकता वापरावयाची आहे. पुढील चर्चेत यावर आपण यथाकाल अधिक अभ्यास करणार आहोत.

निसर्गात मात्र वरील घटक पदार्थ सर्वत्र सारखे वाटले गेलेले नाहीत. काही ठिकाणी लोखंडी असलेल्या जमिनी असतील (कोकण पट्टी), तर काही ठिकाणी चुनखडीयुक्तच जमिनी असतील. काही जमिनीत मीठच प्रमाणाबाहेर असते, तर काही जमिनीत फक्त वाळूच म्हणजे सिलिका अधिक असेल. शिवाय या जमिनीत वाढणाऱ्या प्रत्येक वनस्पतीस प्रत्येक घटक कमी-अधिक प्रमाणातच उचलता येतात व प्रसंगी आपल्या काष्ठ आदी भागांत राखेच्या स्वरूपात साठवता येतात; पण पूर्वी पाहिल्याप्रमाणे आयोडिनचा युक्त साठा आले जितक्या सहजतेने करील तितका साठा बटाटा वा रताळी करणार नाहीत. आपल्या नेहमीच्या गरजा भागवताना आपल्या परिसरात आपण विविध पदार्थ पिकवण्याची पारंपरिक भूमिका सोडून दिली आहे व फक्त ऊस, तंबाखू, द्राक्ष अशीच पिके ही संपत्तीचे खरे झरे म्हणून घेऊ लागलो आहोत. खरे पाहता आपल्या विविध नित्य गरजा आपल्या परिसरातच भागविता आल्या तर हिरव्या नोटांच्या पोकळ श्रीमंतीकडे आपण पाठ फिरविल्याशिवाय राहणार नाही. आपली खरी समृद्धी रोजंदारीचे चढे, वाढते दर मिळवण्यात नसून सर्व गरजांची (अन्न, वस्त्र, निवारा, जळण, चारा, दूध, अंडी, मटण, फळे यांसारख्या दुर्मिळ गोष्टींची) पूर्तता करण्याने निर्माण होणार आहे. नोटांची चलती देणारी ठरावीक (कापूस, ऊस, तंबाखू, द्राक्षे, कॉफी, चहा) पिके अगर रोजंदारीचे चढते-वाढते दर आपणाला पैशाच्या मापात श्रीमंत करतील; पण या पैशात आपणाला असणाऱ्या विविध गरजांच्या नेमक्या वस्तू पुरवण्याची कोणतीच ताकद नसते व यामुळे पैसा हातात असूनही तेल, तूप, मसाले, दूध, आदी वस्तूंच्या वारेमाप महागाईमुळे बापुडवाणे, भिकार, दरिद्री जीवन आज आपणापैकी बहुतेकांच्या (बहुजन समाजाच्या) नशिबी आलेले आहे.

या सर्व व्यवस्थेत बदल करावयाचा तर आपल्या परिसरातील वनस्पती, प्राणी इत्यादी सजीवसृष्टीने टाकाऊ म्हणून टाकून दिलेल्या सर्व घटकांचे, आपल्या नव्या गरजा भागवण्यासाठी वापर करण्याचे शास्त्र आपणास समजून घेतले पाहिजे. टाकाऊ पदार्थ कसे खत बनत असतात व त्यातून त्याच वेळी निसर्गातील कार्बनचक्र, नत्रचक्र या चक्रांना योग्य गती मिळत असते. योग्य वनस्पतिसृष्टीशी हातमिळवणी केली तर पुन्हा आपणास उपयुक्त असे अनेक नवनवे पदार्थ कसे मिळविता येतील याचा मग आपणास अधिक नेमका उलगडा होईल. असे प्रयोग प्रत्येकाच्या घरीदारी, शेताच्या बांधावर करून एका नव्या कृषिवैज्ञानिक समाजजीवनाची स्थिर पायाभरणी करता

येईल. शेतातील काढलेले तण शेतातच परत गेले पाहिजे. परिसरात वाऱ्यावर उधळला जाणारा पालापाचोळा व शेताच्या बांधावर कुजून पडलेले गहू, ज्वारीची धाटे, कांडे-धसकटे व टरफले आपल्या परिसराशी काहीतरी नेमके नाते सांगत आहेत हे आपणाला मग सतत जाणवत व खुणावत राहील. आज प्रचलित असलेल्या काहीशा व्यापारी संस्कृतीमुळे वस्तूरूपाने (युरिया इ. रीतीने) वाढलेली अपुरी वैज्ञानिक कार्यपद्धती मग एका नव्या पायाशुद्ध कृषिनिर्मितीशास्त्राची उभारणी करील. याबाबतचे पुढे दिलेले प्रयोग-विचार समजून घेतले तर कृषिबाबतच्या आपल्या पारंपरिक समजुतीत नेमक्या सुधारणा का वा कोठे केल्या पाहिजेत ते आपोआपच आपणाला नेमके समजेल व या दिशेने नवे प्रयोग-यश पण आपण मग आपल्या घरीदारी मिळवू शकू. जनावराच्या शेणाचा एक पो जनावराला जेवढा चारा दिल्यावर जनावर देत असते, तेवढाच चारा अगर दुसरी कोणती तरी वनस्पती त्या पोच्या खताचा वापर करून आपणास मिळवता आली पाहिजे, हे या लेखांकातील चर्चेचे प्रमुख सूत्र आपण या वेळी लक्षात ठेवले पाहिजे. आपल्या परिसरातील व या सर्व सृष्टीतील सर्व जैविक संपत्ती अशी एकमेकांशी हातमिळवणी करीत गेली, दोनशे कोटी वर्षे वाढत आली आहे. रखरखीत धरेची ही वसुंधरा (वसु : प्राण, धरा : धरणारी) कधी काळी त्या हातमिळवणीतून केली गेली ते शास्त्र आपण अत्याधुनिक विज्ञानाच्या मदतीने आता उलगडू शकतो व आपल्या नव्या समृद्धीसाठी वापरूही शकतो. या निसर्गाच्या उद्योगपेढीचे व्यवहार 'तुझे आहे तुजपाशी' या एकाच परवलीच्या शब्दावर विश्वासाने चालत असतात. आज हा परवलीचा शब्द विसरला गेला आहे; त्यामुळे प्रदूषण, रोग यांसारखेच निसर्गाच्या जिव्हारी लागणारे घाव घालून दरोडेखोरीच्या उपायांनी निसर्गाची उद्योगपेढी लुटली जात आहे. मानवाच्या खऱ्या प्रगतीविषयी गाफील असलेल्या व फक्त नफा! नफा!! नफा!!! अशा चलनी नोटांच्या मायाजाळात गुरफटलेल्या कृषी, औद्योगिक, व्यापारी संस्कृतीला, कोट्यवधी वर्षे खपून निसर्गाने उभ्या केलेल्या सर्व समृद्धीचे दिवाळे काढण्याचे दरिद्री डोहाळे लागलेले आहेत.

आपल्या परिसराशी आपल्या परिसरातील साधनसामुग्रीनेच पक्के नवे नाते कसे उभे करता येईल याबाबत पश्चिम जर्मनीत झालेल्या एका प्रयोगाची माहिती या संदर्भात यापुढील लेखांक पाचमध्ये आपण घेणार आहोत. खताच्या ढिगावर वाढणारी रोपे रसरशीत वाढतात. मग याला धरून एका नव्या रीतीने परिसरातील काटक्या, पालापाचोळा, मुळांसकट उपसून काढलेली गवताची लहान-मोठी वाळलेली बेटे ढिगावर उलटी टाकून त्यावर अगदी वरच्या थरात चांगले कुजलेले शेणखत इत्यादींचा थर देऊन जर्मनीतील या प्रयोगवीरांनी स्वत:ची 'ढिगारा पद्धत' म्हणून एक पद्धत विकसित केली. जरूरीप्रमाणे त्यातच चवळी इत्यादी पेरून ती त्याच ढिगाऱ्यात गाडून ढिगाऱ्याची उत्पादकता वाढवण्याचे प्रयोग पण केले. एक मीटर

ते सव्वा मीटर उंचीचे व सुमारे ११॥ मीटर रुंदीचे, तळात १५ सें. मी. ते ३० सें.मी. खोलीचे चर घेऊन, हव्या त्या लांबीचे चर बनवून लागोपाठ पाच-सहा वर्षे हवे ते उत्तम भाजीपाला इत्यादी आपल्या रोजच्या गरजेचे पीक मिळवले व नंतर पाच वर्षांनी त्यामध्येच फळझाडे इत्यादी पण लावून त्यांचीही चांगली वाढ करता येते हे पाहिले. हरमान आन्ड्राच्या या प्रयोगाचा मग मध्य अमेरिका व उत्तर अमेरिकेमध्ये १९६२च्या सुमारास चांगला प्रसार झाला. पश्चिम जर्मनीमध्ये तर ही पद्धत अनेक घरगुती बागायतदारांत चांगलीच लोकप्रिय झाली. पुढील लेखांकात या पद्धतीचे विविध तपशील आपण अभ्यासणार आहोतच; पण त्यात आपल्या प्रयोगदृष्टीने अनेक नवनवे बारकावे शोधून ती पद्धत अधिक सुलभ व अधिक उत्पादक बनवणार आहोत.

या लेखाचा समारोप करण्यापूर्वी आत्तापर्यंत चर्चा न केलेल्या सर्व जैविक व्यवहारातील एका मूलभूत वैज्ञानिक तत्त्वाची आपण प्राथमिक ओळख करून घेणार आहोत. वनस्पती, प्राणी, मानव या सर्व सजीव सृष्टीचे नियमन अतिशय काटेकोरपणे व्हावे म्हणून एक विलक्षण यंत्रणा प्रत्येक सजीव सृष्टीत कार्यरत व्हावी लागते. एखाद्या बंदिस्त तिजोरीचे कुलूप एखाद्या चावीने उघडले की, त्या तिजोरीतील सर्व संपत्तीने आपल्या पायांशी लोळण घ्यावी, तशी ही कुलूप-किल्ली प्रकारची व्यवस्था असते. योग्य किल्ली नसेल तर तिजोरीचे कुलूप ज्याप्रमाणे इतर साधनांना महाप्रयासानेसुद्धा दाद देत नाही, तशी ही व्यवस्था असते. आपल्या रोजच्या व्यवहारात अलिबाबाच्या गुहेप्रमाणे अशा अनेक ऐश्वर्यमय गुहा सतत उघडाव्या व बंद कराव्या लागतात व त्यासाठी हजारो किल्ल्यांचे जुडगे आपणास बाळगावे लागतात. प्रत्येक कुलूप व प्रत्येक किल्ली स्वतंत्र रचनेची असल्याने यातील काही किल्ल्या नसल्यास अगर निकामी झाल्यास जीवसृष्टीचा सर्वच व्यापार कोसळण्याची शक्यता असते. या अशा चाव्या बनवण्यात आपण यापूर्वीच्या व या लेखात पाहिलेले मोहरी व तांदळाच्या मात्रेचे तांबे, जस्त, कोबाल्ट, मँगेनीज, आयोडीन यांची विविध रीतींनी मदत होत असते. या किल्ल्यांना त्यांच्या कामाप्रमाणे पाचकद्रव्ये, विरजण लावणारी द्रव्ये, नासवणारी द्रव्ये, आंबवणारी द्रव्ये इत्यादी वर्गवारीने ओळखतात. (याबाबत अधिक वैज्ञानिक साक्षरता मिळावी म्हणून प्रयोग अभ्यास चौकट २ पाहा. यावर आपले अनेक प्रश्न जरूर विचारा.) या सर्व सहायक व सह सहायक गटांना इंग्रजीत एन्झाइम व को (सह) एन्झाइम्स म्हणतात. मराठीत यांना आपण प्रकिण्व-पूर्वप्रकिण्व अथवा विकर-पूर्वविकर म्हणून ओळखतो. 'तुझे आहे तुजपाशी' हे उत्पादनाचे नेमके शास्त्र शिकताना इथे दिलेला हा अभ्यास आपण आत्मसात केला पाहिजे.

लेखांक ४ : चौकट २

सजीवांतील विविध कार्यकारी गट व सर्व सजीव सृष्टीत व्हिटॅमिन ही गोष्ट कार्यरत असते, ही बाब आपण नेहमी व्हिटॅमिन्सबाबत डॉक्टरकडे गेलो की ऐकतो म्हणून चटकन समजू शकतो.

पण, याचप्रमाणे एन्झाइम्स, को-एन्झाइम्स, 'किण्व-प्रकिण्व' असे शब्द वाचले की, आपण काहीतरी अवघड अवघड गोष्ट समजून घेत आहोत असे आपणाला वाटू लागते; पण सवयीने आता आपण या आपल्या जीवनव्यापारात, वनस्पती व प्राणिसृष्टीच्या उत्पादनव्यवस्थेशी व जीवनव्यापाराशी संबंधित कार्यकर्त्यांना समजून घ्यावयास सुरुवात केली पाहिजे.

हे कार्यकर्ते दुसऱ्यांना कामाला लावतात व स्वत: मात्र कार्य पुरे होताच सच्च्या कार्यकर्त्याप्रमाणे बाजूला सरतात. कायम पुढारीपणाची माळ आपल्या गळ्यात मिरवीत नाहीत. तसेच प्रत्येक जण आपापली नेमलेलीच कामे पुरी करतात. दुसऱ्यांच्या कामात लुडबूड वा घोटाळे निर्माण करीत नाहीत.

सजीवांची शरीरे ही कार्बन, हायड्रोजन, ऑक्सिजन, नायट्रोजन व कॅल्शियम, मॅग्नेशियम, पोटॅशियम, फॉस्फरस, गंधक व काही अतिसूक्ष्म घटक मिळून बनलेली असतात.

एन्झाइम्सची शरीरे ही मुख्यत: प्रथिन घटकाची असतात. काही एन्झाइम्सना तांबे, जस्त, मँगेनीज इत्यादी मूलद्रव्ये मदतनीस म्हणून हातमिळवणी करीत असतात.

यातील काहींची वा गटागटांची बाजू घेऊन हे एन्झाइम्स काम करतात व त्यांना त्या त्या नावांनी ओळखतात. असे मुख्य सहाच गट आहेत व त्या प्रत्येक गटात अनेक उपगट व तेवढी एन्झाइम्स आहेत.

निसर्गाची रहस्ये

शेतातल्या वा बागेतल्याच काटक्याकुटक्या, पालापाचोळा, कम्पोस्ट आदी वापरून केलेल्या ढिगाऱ्यावर कोणतेही रासायनिक खत न वापरता रसरशीत पीक येते हा केवढा मोठा चमत्कार आहे! निसर्गाची रहस्ये समजून घेतली तर मात्र यात कसलेही नवल नसून, ही निखळ शास्त्रीय गोष्ट आहे, हे ध्यानी येईल.

♣

'हर्मान ॲन्ड्रा' याने जर्मनीमध्ये 'ढिगारा पद्धत' ही घरगुती बागांसाठी एक अभिनव पद्धती प्रचारात आणली. नंतर पाच-दहा गुंठा क्षेत्रात पण त्या पद्धतीचे वाढते प्रयोग केले. त्याचे हे प्रयोग ब्राझील, मध्य व उत्तर अमेरिका या भागात पसरले. हे सर्व प्रयोग त्या त्या भागात १९६२च्या सुमारास पुस्तिकारूपाने उपलब्ध झाले होते.

यानंतर 'हॅन्स बाबा'ने आपल्या घरच्या आहारातील नित्य गरजा भागवणारी पद्धती म्हणून या पद्धतीचा पाठपुरावा केला. आपल्या २०-२२ पानी छोट्याशा पुस्तिकेत याबाबतच्या आकृत्या, प्रत्यक्ष प्रयोगाचे रंगीत फोटो व त्याबाबतची रेखीव माहिती त्यानी दिलेली आहे.

हर्मान ॲन्ड्राला ढिगारा पद्धतीची पहिली कल्पना, खताच्या खड्ड्यावर भोपळ्याची एखादी वेल उगवली असेल तर ती वेल जोमात चौफेर पसरते यावरून आली. असे ढिगारे योजनापूर्वक बनवले तर मग कोणताही भाजीपाला वा पीक या पद्धतीने जोमदार व सहज, सुलभपणे घेता यावे असे वाटल्याने त्याने अनेक वर्षे त्याबाबत प्रयोग केले व त्यातून पुढील ढिगारा पद्धती बसवली.

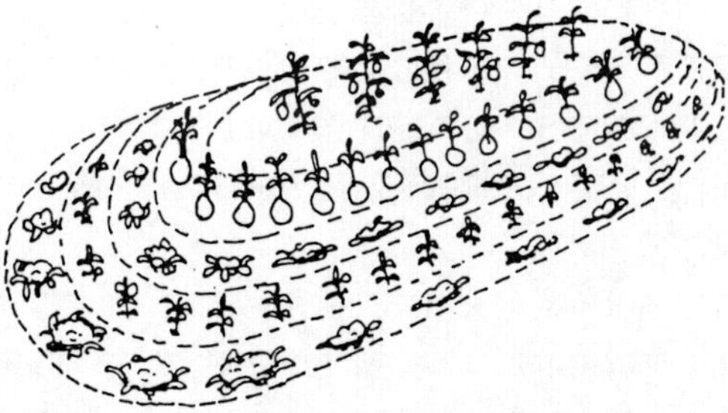

या ढिगारा पद्धतीची काहीशी कल्पना वरील आकृतीवरून येईल. हा ढिगारा नऊ मीटर लांबीचा व दीड मीटर रुंदीचा आहे. तसेच या ढिगाऱ्याची मधली उंची एक मीटर आहे. या ढिगाऱ्यावर निरनिराळ्या जागी, निरनिराळ्या उंचीवर, समांतर पट्ट्यांत, विविध नित्य उपयुक्त भाजीपाला लावताना, आपल्या विविध गरजा लक्षात घेऊन, आपण त्यांची निवड करून लावणी केली पाहिजे.

अगदी वरच्या भागात टोमॅटो, वांगी, मिरची, भोपळी मिरची यांसारखी वांगी वर्गातील भाजी घेता येईल.

त्याच्या खालच्या पट्ट्यात कांदा, लसूण, आले, पालक यांसारखी आपल्या घरच्या गरजांना पुरेल अशी पीक लागवड करता येईल. वेगळ्या हंगामात रताळीही घेता येतील.

त्याखाली बटाटा आदी कंदवर्गातील किंवा मेथी, शेपू, चुका, चाकवत इत्यादी चाळीस दिवसांत तयार होणारी, अगर भेंडी, गवार यांसारखी भाजी घेता येईल व तळाच्या भागात फ्रेंचबीन्स (श्रावणघेवडा), वाटाणा यांसारखी भाजी घेता यावी किंवा भुईमूग, हरभरा पण लावून वाढवता यावी. उन्हाळ्यात भुईमुगाखेरीज चवळी, खरबुजे, खिरा, काकडी इत्यादी लावता येतील.

मूळ पुस्तकातील ढिगारा पद्धतीच्या या आकृतीत त्यांनी त्यांच्या प्रदेशात पिकणारी काही पिके दिलेली आहेत; पण या बाबतीत या ढिगारा पद्धतीत आपल्या परिसराला धरून आपणास हवे ते बदल योग्य उपयोजकत्व दाखवून करता येतील; पण तरीही या पद्धतीत चार-पाच पट्ट्यांत विविध पिके घेतल्याने एकदम एकच रोग सर्व ढिगाऱ्याचा ताबा घेत नाही, हा पण एक मोठा फायदा असतो. शिवाय, आपल्या आहारात वांगी, टोमॅटोसारख्या फळभाज्या हव्यात. तसेच भेंडी, गोवारी या शेंगा (पॉड) वर्गातील भाज्या, कांदा-लसूण गटातील भाजी पण हवी. त्याबरोबरच मुळा वर्गातील कोबी इ. भाजी, चांगली प्रथिने देणारे गवार, श्रावणघेवडा, वाटाणा, भुईमूग, हरभरा यांसारखी पिके घेतली पाहिजेत. तसेच मेथी, चाकवत, पोकळा, पालक इतक्या पालेभाज्या व बटाटा, रताळी यासारखी पिष्टमय पदार्थ पुरवणाऱ्या

भाज्या आपण योजनापूर्वक घेतल्या पाहिजेत.

अशाच पद्धतीने लिंबू, आंबा, डाळिंब आदी फळझाडे पण कशी घेता यावीत याबाबत आपण पुढे क्रमाने अधिक प्रयोगशोध घेणार आहोतच.

चालू लेखात हा ढिगारा निरनिराळ्या थराथरांनी कसा बांधावयाचा असतो, हे आपण समजून घेणार आहोत.

३० सेंटिमीटर खोलीचा व दीड मीटर फूट रुंदीचा चर काढणे. काढलेली माती लहान ढिगात बाजूला गोळा करून ठेवणे. (चर पाहिजे त्या लांबीचा ७, १०, १५, ३० मीटर काढणे.) त्यानंतर चराच्या मध्यावर ६० सेंटिमीटर रुंदीचा ढीग व ३० सेंटिमीटर उंचीचा मिळतील त्या काड्याकाटक्यांचा ढीग घालणे. या काटक्या करंगळी वा शिसपेन्सिलच्या जाडीच्या असाव्यात व त्यांचे दोन ते तीन इंच लांबीचे तुकडे केलेले असावेत. या काटक्यांत टोमॅटो, वांगी, गवार, शेवरी, पळाट्या, सूर्यफूल, तूरकाट्या, झेंडू, कडबा इत्यादी व कुंपणाची झाडे इत्यादी मिळतील. त्या प्रकारच्या काड्या वापराव्यात. उदा. जितक्या विविध प्रकारच्या

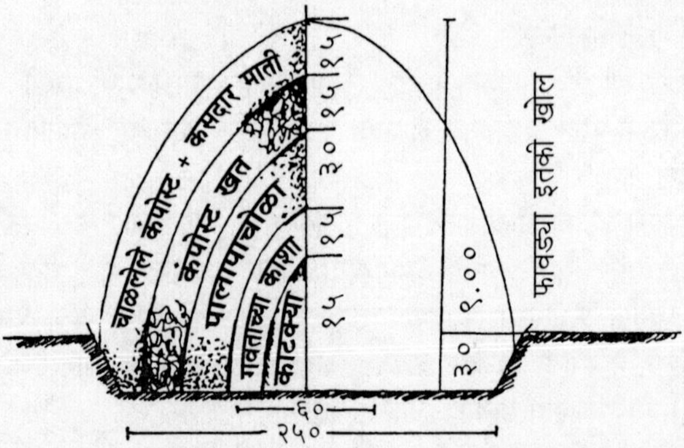

काड्या मिळतील तेवढ्या त्या चांगल्याच ठरतील. यात रुई, काँग्रेस गवत, टाकळा इत्यादी सडकेला उगवणारे तण व झुडपे यांच्या काड्या वापरणे म्हणजे विविध सूक्ष्म अन्नघटक ढिगाऱ्यावर पुरवणे; हे ज्यांनी या लेखमालेतील पूर्वीचे लेखांक अभ्यासलेले आहेत, त्यांच्या चटकन लक्षात येईल. या काटक्या जाळून राख केली तरी त्या राखेतून हे घटक मिळवता येतात; पण त्याचबरोबर या काटक्या या ढिगाऱ्यात चार-पाच वर्षे सावकाश कुजत-मोडत जाणार आणि ढिगारा बांधताना आपल्या सभोवती पडलेला काडी-कचराच ढिगाऱ्याच्या अंगाची मुख्य बैठक तयार करणार व त्या ढिगाऱ्यात मोकळी खेळती हवापण राखणार.

हा ढिगारा नीट दाबून-तुडवून रचत जावे. या ढिगाऱ्याच्या वरच्या बाजूस

आकृती क्र. २ मध्ये दाखवल्याप्रमाणे गवताचे मुळासकट काढलेले हे शेंडे, शेंडे खाली व मुळे वर याप्रमाणे उलटे रचावेत व हा थर वर सांगितलेल्या काटक्यांच्या थरावर १५ सेंटिमीटर उंचीचा बनवावा. हा थर बनवताना मधील पोकळ्या बुजवण्यासाठी चरातून काढलेली वरच्या १५ सेंटिमीटरमधील सकस माती जरूरीप्रमाणे वापरावी व हे थर नीट चापूनचोपून बसवावेत. जरूर तर काटक्यांत वाळवीनाशक औषध मारावे किंवा लिंबोळी, करंजपेंड पावडर इ. औषधे टाकावीत.

यानंतर या ढिगावर आकृती क्र. २मध्ये दाखवल्याप्रमाणे विविध झाडांची जळलेली, वाळलेली, जून, कोवळी पाने या सर्वांचा ३० सेंटिमीटर जाडीचा गच्च थर घालावा व यासाठी मिळेल त्या (रानटी तणाच्या, झुडपांच्या वा फळझाडांच्या कुंपणातील झाडांच्या जादा वाढीतील पाने) पानांचा उपयोग होतो व ही पाने मोठ्या आकाराची (फणस, वड, पळस, इत्यादी) असली तर चिरून घ्यावीत. शेवगा, शेवरी, अगस्ता वा त्यासारखी लहान असली तर झाडून घ्यावीत. वाळलेली पाने मोठी असली तर ती चुरून घ्यावीत. वरच्या थराला आकार देण्यास (काही प्रमाणात काढून ठेवलेली) माती वापरावी.

यानंतर या ढिगाऱ्यावरून जरूर तर जमिनीच्या वरच्या थरातील माती बसवावी. खरे पाहता वरील थरावर थर रचताना वेळोवेळी दोन-तीन सेंटिमीटर उंचीचा मातीचा व्यवस्थित थर बसवला तर असे थर न ढासळता व्यवस्थित रचता येतात.

यानंतर आकृतीमध्ये दाखवल्याप्रमाणे अर्धवट कुजलेले शेणखत कम्पोस्ट खताचा १५ सेंटिमीटर जाडीचा थर रचावा. (या थरात पन्नास किलो शेणखतामागे, एक किलो सुपर फॉस्फेट घालणे चांगले ठरते; मात्र मूळ प्रयोगात असे काहीही रासायनिक घातलेले नव्हते.)

यानंतर त्यावर पुन्हा दोन-तीन सेंटिमीटर जाडीचा सकस मातीचा थर द्यावा व

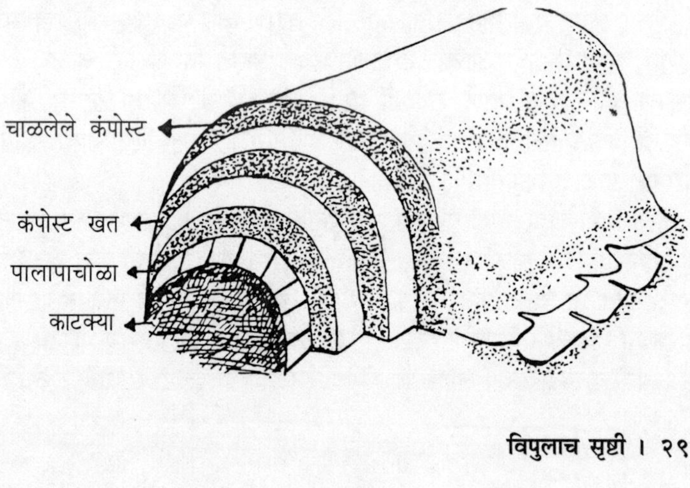

त्यावर सर्वांत वरचा थर लावावा. हा थर नर्सरी मातीचा असावा. नर्सरी मातीचे जितक्या पाट्या चांगले कुजलेले व बारीक भुगा केलेले खत असेल तितक्या पाट्याच चांगली माती मिसळावी व आपण रचलेल्या ढिगाऱ्याच्या सर्वांत वरच्या भागात हा थर दाबावा. आकृती पाहा.

सूचना– हा ढीग आडवा पाहिला तर कसा दिसेल ते आकृती ३मध्ये दाखवले आहे.

वरील विविध तपशीलाप्रमाणे ढिगारा रचून त्या ढिगाऱ्यावर 'हॅन्स बाबा'ने लागोपाठ पाच वर्षे सतत फेरपालट करत पिके घेतली. असा ढीग रचल्यावर त्यांनी तो एक-दोन महिने स्थिरावू दिला. त्यानंतर आलेले तण वेळोवेळी कमी केले व पुढे तण येऊ नये म्हणून वाळलेले गवत छाटून ते त्यावर पसरून तो ढीग दोन महिने गवताने झाकून ठेवला. नंतर त्यात दर हंगामाप्रमाणे लावणी करत पूर्वी सांगितल्याप्रमाणे निरनिराळ्या थरांत विविध पिके घेण्यास सुरुवात केली. त्यांनी घेतलेल्या पिकांचे त्यांनी दिलेले वर्णन पुढीलप्रमाणे आहे.

एका थरात कोबी लावला, एका पायरीवर कांदे लावले, त्या खालच्या पायरीवर कॉलिफ्लॉवर लावले व सर्वांत वरच्या थरावर लेट्यूस स्पिनाच ही पालेभाजी लावली.

चार आठवड्यांनी त्यांनी लेट्यूसची पहिली तोडणी केली. तसेच, त्यानंतर स्पिनाच ही भाजी घेतली. नंतर नवलकोल व त्यानंतर फार मोठे व सुंदर गड्डे धरलेले कॉलिफ्लॉवर घेतले. नंतर लेट्यूस पूर्णपणे काढून घेऊन तेथे टोमॅटो लावले व इतर भाजी काढल्यावर मोकळी जागा होणाऱ्या जागी परत लेट्यूस लावले व एका हंगामात लेट्यूसचे चार वेळा पीक घेतले.

अशाच दुसऱ्या ढिगावर घेवडा, काकड्या, लीक व इतर भाजीपाला घेतला. तसेच सतत मुळे देखील लावत व काढत राहिले.

त्या देशात थंडीत पीक घेता येत नाही; कारण बर्फ पडण्याएवढी थंडी असते म्हणून त्यांनी ढिगावर आच्छादन घालून ठेवले होते. नंतर हलकी चाळण देऊन दुसऱ्या वर्षीचे पीक घेतले. त्यावर्षी भरपूर कांदे, गाजरे, तसेच लेट्यूस, टोमॅटो इत्यादी पिके घेतली. अशीच पिके पुढील वर्षी घेतली. काही ढिगाऱ्यावर स्ट्रॉबेरी, रास्पबेरी इत्यादी किमती पिकेही घेतली.

या ढिगाऱ्यावर रोपे सरसरून रसरशीत वाढत असत; कारण आत घातलेली पाने दोन-तीन वर्षे सावकाश कुजत जातात व दोन-तीन वर्षे त्यांची आत ऊब राहते. (खरे पाहता हा त्यांचा अंदाज चुकीचा आहे. त्या ढिगाऱ्यात जी मुळे वाढत होती, ती कुजून राहिल्याने ढिगाऱ्यात सतत पुरेशी ऊब राहत होती.) तसेच, काटक्या पूर्ण कुजण्यास पाच-सहा वर्षे लागली व ढीग हळूहळू बसत शेवटी सव्वा फूट उंचीचाच

ढिगारा राहिला. मग ही माती वरच्या थरासाठी गोळा करून परत सुरुवातीसारखा नवीन ढिगारा पुन्हा बनवला.

या ढिगारा पद्धतीची ओळख प्रयोगबुद्धीने प्रयोग अभ्यास करणाऱ्या अनेक प्रयोगवीरांना नवनवीन कल्पना खचित सुचवेल, असा विश्वास वाटतो.

सृष्टिनियमांचा उपयोग

सृष्टीची – निसर्गाची रहस्ये समजून घेऊन निसर्गातील टाकाऊ पदार्थांपासून खत कसे मिळवावे व या सृष्टिनियमांच्या आधारे उत्पादनवाढीसाठी कसा प्रयत्न करावा यासंबंधीचा माहितीपूर्ण लेख

♣

यापूर्वीच्या लेखांक ५मध्ये आपण परदेशात लोकप्रिय झालेल्या ढिगारा पद्धतीची ओळख करून घेतली. या पद्धतीत काटक्या, गवताचे मुळीसकट काढलेले, उलटे ठेवलेले गठ्ठे व त्यावरील पाल्याचा थर व सर्वांत वरती कम्पोस्ट माती इत्यादी वनस्पतिसृष्टीचे थर रचलेले होते. यामध्ये सर्वांत खालचा थर हा काटक्या, टाळे, तुरकाट्या, टरफले, गहू-ज्वारीच्या मळणीतून फोलकटे इत्यादी पदार्थांचे होते. असे पदार्थ सहजासहजी कुजत नाहीत; पण असे पदार्थ उघड्यावर असले अगर त्यांना चारी बाजूंनी मोकळी हवा लागेल असे ते असतील तर ९० टक्के ओल मिळताच हे पदार्थ क्रमाक्रमाने काळे पडत, नरम होत, भुगा होत जातात. जंगलात झाडाखाली अशा कुजलेल्या काटक्या आदींचे थराथर थर असतात व ते तेथे वर्षानुवर्षे कुजत कुजत क्रमाने जमिनीत एकरूप होत असतात. शास्त्रीय परिभाषेत अशा कुजलेल्या पदार्थांस 'पीट' असे म्हणतात. जमिनीचा सकसपणा वाढवण्यास, जमिनीत पुरेसे अन्नघटक धरून ठेवण्यास, हवेतील ओल खेचून घेऊन ती मुळांना पोहोचवण्यास अशा कुजलेल्या घटकांची फार चांगली मदत होत असते; मात्र त्यांचे जमिनीतील प्रमाण ठरावीकच असणे योग्य असते व पूर्ण कुजण्यापूर्वी हे घटक जमिनीखाली जाता कामा नयेत.

असे पदार्थ हे काष्ठतंतू (सेल्युलोज) व धागातंतू (लिग्नीन) यांचे बनलेले असतात. कडब्याची धाटे, छपरावर घातलेले पाचट आदी आच्छादन आठ-दहा

दिवस धो धो पाऊस पडताच ९० टक्क्यांवर ओल मिळाल्याने काळे पडत नरम होत जातात. असे घटक फळझाडे, टोमॅटो, कोबी आदी प्रकारची लागवड यांच्याशेजारी वरती दोन-तीन इंच भर म्हणून दिल्यास त्या झाडांना तेथे भरपूर बारीक मुळ्या फुटतात व झाडांना जोम येतो. रात्रीच्या वेळी अशी माती हवेतून ओलावा शोषून घेते व तेथील मुळ्यांना दिवसभर पाणी पुरवू शकते. शिवाय, उन्हाने हे 'पीट' तापत नसल्याने त्याखालील ओल चांगली टिकून राहते. कमी पाण्यावर पीक वाढवताना वा 'पीट'चा चांगला उपयोग होणार असतो. ढिगारा पद्धतीत ढिगाखाली ९० टक्के ओल व खेळती हवा असल्याने हा पीट क्रमाक्रमाने बनत असतो व ढिगाऱ्यावर लावलेले पीक जोमात वाढवण्यास साहाय्यभूत ठरत असतो.

निसर्गातील कुजणाऱ्या पदार्थांचे विविध गट असतात व त्यांची कार्यशक्ती व उपयुक्तता भिन्न भिन्न असते. अगदी कोवळे शेंडे व कोवळी पाने बनत असताना जमिनीतून सर्वप्रथम सूक्ष्म अन्नघटक फॉस्फेट घेतले जाते व हे भाग जितके कोवळे तेवढे हे घटक त्यात सर्वाधिक असणार. असे गवत खातखातच म्हशीच्या शरीरातील फॉस्फेटयुक्त हाडे बनत असतात. जगातील फॉस्फेट खतपुरवठा म्हणून आपण हाडचुरा महत्त्वाचा धरीत असतो. कोवळे टहाळे, हेच घटक आपणाला सहज पुरवू शकतील. असे कोवळे टहाळे हे पंधरा दिवसांतच सडून जमिनीत एकरूप होतात.

पाने जुनी झाली की त्यात नत्र घटक वाढत जातात. मॅग्नेशियम पण येणारच; कारण पानात हरित घटक बनताना मॅग्नेशियम हा घटक हवाच. अशी पाने आपण पुरेशी वापरल्यास त्यातील हे घटक आपण आपल्या झाडांना पुरवू शकू; पण पाने अगर हिरवळीचे खत कुजताना ते जमिनीच्या वरच्या थरात उघडे असेल तर तयार होणारा अमोनियम वायू हा पाण्यात फार मोठ्या प्रमाणावर विरघळत असल्याने जरा ओल मिळताच तो अमोनिया लगेच जमिनीच्या खालच्या थरात नेला जाईल व तेथे या अमोनियाचे नायट्रेटमध्ये रूपांतर करणारे बॅक्टेरिया असल्याने झाडाला नायट्रेट स्वरूपातील अन्नघटक पण मिळतील; मात्र हिरवळीचे खत म्हणून ताग इ. गाडण्याऐवजी ते चरात वरच्यावर ठेवून पाणी दिले तरच त्या तागाचा असा निराळा उपयोग होऊ शकतो. कोवळा ताग जमिनीत गाडून फायदा नसतो; कारण त्यात ह्यूमस बनवण्याची ताकद नसते. धागा बनलेला व फुलावर आलेला ताग गाडला तर दीड-दोन महिन्यांनी त्याचे कम्पोस्ट बनून त्याने ह्युमस मिळेल; पण त्यामधल्या काळात जमिनीतील व तागातील नत्र वापरून, सूक्ष्म जीव, गाडलेला ताग कुजवत असतात तेव्हा जमिनीतील नत्र अडवले गेले असेल.

गंमत म्हणजे अमोनियापासून नायट्रेट बनवला गेला की, मगच बहुतेक झाडांना जमिनीतील नत्र उचलता येते; पण अमोनियापासून नायट्रेट बनवणारे सूक्ष्म

बॅक्टेरिया कुजणारे सेंद्रिय पदार्थ जवळ असले तर हे काम करीत नाहीत. तसेच त्यांना यासाठी पुरेशी मोकळी हवा पण हवी असते. एका रीतीने हे या बाबतीत अगदी सोवळे ब्राह्मण आहेत. जमिनीच्या वरच्या थरातील कुजणारे पदार्थ यामुळे त्या थरातील नायट्रेटमध्ये चटकन रूपांतरित होतील. नैट्रीन, बॅक्टिन इ. अनेक जीवाणू-खत वापरताना असे बारकावे आपण समजून त्यांचा वापर केला पाहिजे. ढिगारा पद्धतीचे वैशिष्ट्य इथे केलेल्या या चर्चेनंतर अधिक लक्षात येईल.

'तुझे आहे तुजपाशी' पण खते वापरताना 'जागा चुकलासी' असे झाल्याने द्राक्षाच्या फळबहराच्या ऐन छाटणीच्या वेळी ऑक्टोबरमध्ये ताग गाडण्याने जमिनीतील सर्व नत्र अडवले जाईल. तर त्याउलट असा ताग द्राक्षाची मुळी बांधून घेतलेल्या चरात वरच्या चार इंचात पेंढ्या करून ठेवून न झाकता पाणी दिल्यास अत्यंत उपयुक्त ठरेल हे लक्षात येईल. नारळ, आंबा वगैरे झाडांना कोकणपट्टीत पावसाच्या सुमारास आळ्याच्या बाहेरच्या बाजून एक ते दीड फूट रुंदीचा व एक ते दीड फूट खोलीचा चर घेऊन मिळेल तो हिरवा पदार्थ भरण्याची रीत आहे. हे भरलेले खत लागू पडण्यासाठी ते त्यानंतरच्या धो धो पडणाऱ्या पावसात वरून माती न टाकता उघडे टाकण्यानेच खरा फायदा मिळणार असतो. याबाबतची अधिक तपशीलवार चर्चा या लेखमालेत यथाकाल येईलच.

अलीकडे कोईमतूर आदी नारळ संशोधन केंद्रांत नारळाचे सोडण*, नारळाची टाकलेली झापे इत्यादी परत नारळाशेजारीच भरत जाण्याची पद्धती विकसित व प्रमाणित केलेली आहे. नारळाच्या किशीपासूनच** आपण काथ्याची पायपुसणी अगर आकर्षक मॅटिंग बनवत असतो. हा धागा कमी झिजणारा व अगदी सावकाश कुजणारा असतो; पण नारळाशेजारी नारळावरील सोडण क्रमाक्रमाने आळ्याबाहेर भरत गेले तर ते सोडण सात वर्षांत पूर्ण काळे पडून कुजते व नारळाला चढते-वाढते नारळ पण येत असतात असे दिसून आले आहे. नारळाच्या सोडणात भरपूर ओलावा व हवा धरून ठेवण्याची शक्ती असते. तसेच, ते कुजताना त्यातून नारळाच्या वाढीला लागणारे अनेक अन्नघटक मोकळे होत असतात व वाळूमध्ये जमिनीखाली असूनही ती सोडणे मोकळ्या हवेत असल्याप्रमाणे हवा मिळवू शकतात. हळूहळू त्या सोडणांचा भुगा होत गेला की नंतर त्यामध्ये नारळाच्या मुळ्या ऐसपैस भरपूर पसरू शकतात. धाग्यामध्ये असलेला लिग्नीन कुजवणारे सूक्ष्म अणूजीव हवेतील नत्र वापरूनच आपला कार्यभाग साधत असतात व कुजताना लिग्नोप्रोटीन हा जमिनीला बहुगुणी पोत आणणारा पदार्थ पुरवीत असतात.

---

* सोडण – नारळाचा तंतुमय भाग

** किशी – नारळाच्या झावळ्या

एखादा पदार्थ कुजवण्यास सहा महिने लागले तर तो पुढे दीड वर्षापर्यंत उपलब्ध राहतो. शेणखतातील ह्युमस पहिल्या सहामाहीत १/२ नंतर १/४ व नंतर शेवटच्या सहामाहीत १/८ असा संपत जात असतो. लिग्नोप्रोटीन तयार होण्यास जितका अधिक उशीर व अधिक काळ लागतो, तितका अधिक काळ तो क्रियाशील राहत असतो. या जगातील मातीत वरच्या नऊ-दहा इंचातच सकस मातीचे घटक गोळा झालेले आहेत. कोट्यवधी वर्षे खपून या जगातील सजीव सृष्टीने ते बनवलेले आहेत. आता विज्ञानाने सकस माती बनवण्याकरता कार्यपद्धती स्पष्ट केली असल्याने आपणास आपल्याच परिसरातील टाकाऊ पदार्थांपासून अगर जादा वाढणाऱ्या वनस्पती अवशेषांपासून, तसेच वनस्पतीचे हे अवशेष खाऊन शेणलेंडी, गळणारे केस, त्वचा, घाम आदी रूपांनी ते परत केलेले असतील त्यापासून आपला परिसर हवा तेवढा सुपीक पोताचा बनवता येईल, याची तपशीलवार कोष्टके यथाकाल आपण अभ्यासणार आहोत.

पदार्थ उघड्यावर कुजवणे किंवा बंदिस्त जागी खताच्या खड्ड्यात कुजवणे असे दोन भिन्न पर्याय दोन भिन्न गोष्टी साधत असतात. काष्ठमय पदार्थ बंदिस्त जागी कुजवण्याचे ठरवले तर ते अगदी सावकाश कुजवले जातील; पण मोठमोठ्या वृक्षांची जमिनीखाली असणारी मुळे, अनेक प्रकारची असतात. त्यात सुतळीपर्यंत जाडीची अनेक मुळे असतात व ती मुळे जमिनीत वाढतात व तिथेच परत मरून जातात. अशी मेलेली मुळे कुजून पुन्हा त्याच जागी त्यांचे खत पण बनत जाणार; पण ही क्रिया जमिनीच्या खालच्या थरात कमी हवा असणाऱ्या जागेत होत असणार. फळझाडे लावताना, खड्ड्याच्या तळात काटक्या, पाचट, कडब्याचे धांडे, तूरकाट्या इत्यादी भरण्याने या रीतीने पदार्थ कुजवताना त्या भागात असे पदार्थ कुजवणाऱ्या जूंतूंचे विरजण तयार होऊन राहील व नंतर झाडाची मरणारी मुळी कुजवण्यासाठी योग्य प्रकारचे विरजण जमिनीच्या या थरात उपलब्ध असेल. ढिगारा पद्धतीने असे खड्डे भरावयाचे तर ते सोबतच्या आकृतीत दाखवल्याप्रमाणे थराथराने अधिक चांगले ठरेल.

ढिगारा पद्धतीचे सर्व फायदे अशा रीतीने खड्डा भरल्याने चांगले पदरात पडतील; कारण लावलेल्या रोपाची मुळी ही खाली न जाता चारही बाजूंस खड्ड्यात ऐसपैस चाल घेईल व क्रमाने ती इतर भागांत वाढत जाईल. तीन फूट खोलीपर्यंत खड्डा खोल असेल तर त्यात काटक्यांचा थर जरूरीचा ठरणार नाही; उलट तो त्रासदायक ठरेल.

खड्डा असा न भरता खाली दाखवल्याप्रमाणे भरला तरी त्यात हाच क्रम राखावा.

वरील खड्डे भरताना प्रत्येक थरात एक ते दीड किलो खड्ड्याच्या आकारमानाप्रमाणे हाडचुरा अगर सुपर फॉस्फेट टाकावेच.

झाडावर वाळून गळून पडणाऱ्या पानांतील बहुतेक हलवता येणारे सर्व अन्नघटक झाडाने परत नेलेले असतात; त्यामुळे झाडावरून हिरवी पाने तोडून ती वाळवली तर त्यात नत्र, फॉस्फेट, मॅग्नेशियम इत्यादी घटक जेवढ्या प्रमाणात असतील त्यापेक्षा कमी प्रमाणात झाडावर वाळलेल्या पानांमध्ये हे अन्नघटक सापडतील.

तसेच वड, फणस आदी जाड असणारी वाळकी पाने व पेरू, आंबा, सीताफळ यांची त्या मानाने पातळ असणारी वाळकी पाने यात भिन्न भिन्न खतांचे अंश असतील. वड आदी काही पानांतील राखेमध्ये कॅल्शियम अधिक प्रमाणात असेल, तर केळीचे सोप* जाळून राख केल्यास त्यात भरपूर प्रमाणात पोटॅश आढळेल. पेरू, आंब्यामध्ये पण पोटॅश खत अधिक प्रमाणात मिळेल. पानातील पेशींच्या भिंती बनताना हे घटक लागत असतात; पण झाडावर वाळणाऱ्या पानांतील बराच पोटॅश हा परत खोडामध्ये नेला जाऊ शकतो. थोडक्यात, पानाचे देठ, पानाच्या शिरा, काटक्या इत्यादींमधून भिन्न भिन्न स्वरूपाचे घटक आपण मिळवीत असतो हे लक्षात ठेवले तरी खड्डा इत्यादी भरताना अगर खत इत्यादी पुरवताना त्यावाटे मिळणारे अन्नघटक किती भिन्न असतील ते आपणास समजू शकेल. विडी वळण्यासाठी तेंदूची पाने वापरतात. त्याच्या कचऱ्यापासून बनलेल्या कम्पोस्टमध्ये द्राक्षे उत्तम वाढतात. त्या खतात इतर खतांपेक्षा पोटॅश उत्तम प्रकारे क्रियाशील असतो. हा संदर्भ मात्र द्राक्षाबाबत सखोल अभ्यास करणाऱ्या द्राक्षबागाईतदाराला नवीन कार्यपर्याय सुचवू शकतो.

---

* सोप – केळीचे सालपट

फेबर आणि फेबरचे प्रयोग

मानवाने कृषिउत्पादनाचे शास्त्र बनवण्यापूर्वीच निसर्गाने एकेकाळची वैराण, रखरखीत भूमी ही सुजलाम् सुफलाम् बनवण्याची अनेक तंत्रे प्रमाणित केली आहेत. त्यावर आधारित फेबर आणि फेबरचे प्रयोग जरूर अभ्यासा.

♣

लेखांक ५मध्ये हर्मान अॅन्ड्रा यांच्या प्रयोगाच्या संदर्भात आपण तपशिलाने माहिती करून घेतली. चौकटीबाहेरचे प्रयोग करण्याची प्रतिभा आपण आपल्या परिसराशी जवळीक साधीत कशी वापरू शकू ते त्यावरून चांगले लक्षात आले असेल. मानवाने कृषी उत्पादनाचे शास्त्र बनवण्यापूर्वी निसर्गाने आपल्या हाताने एकावेळची वैरण, रखरखीत भूमी ही सुजलाम् सुफलाम् बनवण्याची अनेक तंत्रे प्रमाणित केली आहेत. त्यानुसार वैराण वाळवंटात, बर्फाळ प्रदेशात, खाऱ्या समुद्रकिनारी प्रदेशात व नद्यांच्या गाळाकाठच्या सुपीक भूमीत प्रत्येक ठिकाणी यातील एक ना अनेक तंत्रे उभी आहेत. आपल्या अत्याधुनिक विज्ञानदृष्टीला आता त्यातील गुपिते खुल्लमखुल्ला कळू लागली आहेत. चालू कृषितंत्र विद्या ही निसर्गाच्या या स्वाभाविक तंत्राशी विद्रोह करणारी व निसर्गावर अत्याचार करून निसर्गाचे सर्व सत्त्व भ्रष्ट करणारी आहे, हे आज जगातील सर्व विचारवंतांना स्वच्छपणे जाणवू लागले आहे. या अत्याचारापासून प्रदूषण, रोगराई एवढ्याच फैलावतात असे नव्हे, तर आपल्या सर्व दारिद्र्याचा उगम चालू एकरी पीक पद्धतीच्या व त्याबाबतच्या चुकीच्या दृष्टिकोनात कसा गुंतलेला आहे हे या लेखमालेच्या पुढे येणाऱ्या लेखांकांतून अधिकाधिक स्पष्ट होणार आहे.

हर्मान अॅन्ड्राची ढिगारा पद्धत वापरताना आपणाला काटक्या, गवताचे गठ्ठे

यांसारख्या गोष्टी एकदम मोठ्या प्रमाणात मिळणार नाहीत; पण प्रयोग करणाऱ्यांना असा एखादा ढीग जमिनीवर घालून तेवढ्या ढिगापुरता प्रयोग करता येईल. अशा ढिगावर सुरुवातीच्या लेखांकात सांगितल्याप्रमाणे दोन्ही तळ मोकळे असणारी पिशवी नर्सरी मातीने भरून त्यात डाळिंब, लिंबे परसदारी लावून किती सर्वोत्तम उत्पादन येते, ते प्रत्येकाला अनुभवता येईल.

अशा रीतीने लावलेल्या पिशवीतील लिंबाला वर्षभर भरपूर लिंबे आपल्या भागातच काही प्रयोगप्रेमी व्यक्तींनी हुकमी घेतलेली आहेत. परसदारी कसातरी खड्डा खणून पावसाळ्यात कोणताही विचार न करता कसलेतरी लिंबाचे रोप लावून ते वाढले नाही म्हणून खट्टू झालेल्यांना या नव्या पद्धतीने ते रोप लावता येईल. किंबहुना, बागेतील दोन-तीन वर्षांचे जुने लिंबाचे झाड उचलून एका विशिष्ट तंत्राने पावसाळ्याच्या सुरुवातीस फेरलावणी करून या रीतीने वाढवता येईल. ढिगारा पद्धतीच्या काही प्रयोगांत तर जमिनीतील लहान-मोठे दगडगोटे एकत्र गोळा करून त्या दगडाच्या नुसत्या ढिगात घराशेजारी केळी इत्यादी वाढवता येतात.

'आपण प्रयोग करू या'

विपुला सृष्टी या लेखमालेतील पुढच्या दोन-तीन भागांमधून दगडाच्या ढिगावर आपण कशी केळी वाढवू शकू यांसारख्या अनेक प्रयोगांचा तपशील क्रमाक्रमाने येणार आहेच. विपुला सृष्टी पहिला भाग फक्त 'तुझे आहे तुजपाशी' या विषयाच्या विवरणानावे आहे.

फेबर आणि फेबरचे टोमॅटो प्रयोग

'प्रत्येकासाठी टोमॅटो', 'कंगण पद्धती' (रिंग कल्चर') व 'गवताच्या गठ्ठ्यात टोमॅटो घ्या' ही पुस्तिका १९५९मध्ये प्रथम प्रसिद्ध झाली. इंग्लंडमधील फेबर व फेबरनी ही पुस्तिका प्रकाशित केली आहे. लंडन व बोस्टन या ठिकाणी ही पुस्तिका प्रकाशित केली होती. हे पुस्तक लक्षपूर्वक वाचणे हा एक मोठा रम्य अनुभव आहे. या पुस्तिकेतील सहाव्या प्रकरणात त्यांनी गवताच्या गठ्ठ्यावर टोमॅटो कसे घ्यावेत याचा तपशील दिलेला आहे. आपण त्यातील तपशील जसाच्या तसा प्रथम समजून घेऊ. त्या माहितीचा उपयोग आपल्याकडे प्रयोग करताना कसा करता यावा त्याची पद्धती मग ठरवू.

१) २५ किलो वजनाच्या सुकलेल्या गवताचा दाब देऊन गच्च गठ्ठा बनवावा. (भाताचा पेंढा, गव्हाचे काड, बारीक गवत इत्यादी यासाठी वापरता येईल.)
२) हे गवत उन्हात चांगले वाळलेले असावे. या गवतावर तणनाशक औषधे मारलेली नसावीत.

३) जमिनीत दोन इंच खोलीचा खळगा करावा. जरूर तर हा खळगा जंतुनाश करण्यास पालाकाटक्याने जाळून घ्यावा.

४) त्या खळग्यात १५० रोजचे पॉलिथिन पसरावे. (याचा उपयोग जंतू अडवणे व ओल राखणे असा आहे.) पण, आपण ही कामे कोळशाची भुकटी टाकून करू शकू. तसेच, विटांचा चुराही चालावा किंवा चांगले कुजलेले, काळे पडलेले नरम शेणखत (पालापाचोळ्याचे) एक इंच (सुमारे तीन सेंटिमीटर) अंथरावे. (गच्चीवर पण करता यावे. प्लॅस्टिक दोन इंच दुमडून उचलून घ्यावे.)

५) या गठ्ठ्याला रोज पाच लिटर पाणी झारीने देऊन गठ्ठा भिजवावा. अशा रीतीने १० ते १२ दिवस रोज पाणी द्यावे. ओल उडून जाऊ नये म्हणून त्यावर प्लॅस्टिक टाकावे. (आपण जाड पत्रावळी अगर रद्दी पसरून झाकू शकू.)

६) अशा रीतीने १०-१२ दिवस गवतात ओल राखली की सूक्ष्म जंतू आपले कार्य सुरू करतील.

७) त्यानंतर त्या २५ किलो वजनाच्या गठ्ठ्याला पुढील खते द्यावीत.

अ) ४०० ग्रॅम कॅल्शियम नायट्रेट (एक किलो गवताला १६ ग्रॅम)
ब) ४०० ग्रॅम सुपर फॉस्फेट (एक किलो गवताला १६ ग्रॅम)
क) ४०० ग्रॅम पोटॅशियम नायट्रेट (एक किलो गवताला १६ ग्रॅम)
ड) १०० ग्रॅम मॅग्नेशियम सल्फेट (ईप्सम सॉफ्ट) (एक किलो गवताला चार ग्रॅम)
इ) ७५ ग्रॅम फेरस सल्फेट हिराकस (एक किलो गवताला तीन ग्रॅम)

वरील खतामध्ये आपण अनेक रीतीने बदल करू शकू. कॅल्शियम हा घटक भाजलेली वा बारीक पावडरची चुनखडी याद्वारे व पोटॅशियम हा घटक राखेच्या रूपात व जनावरांच्या मूत्राच्या रूपात नत्रपुरवठा आणि मटकी इत्यादी पेरून उगवताच त्याचा वाटून रस करून वा पानांचा रस करून मॅग्नेशियम इ.

८) प्रथम गवताच्या गठ्ठ्यावर पाच लिटर पाणी झारीने नीट शिंपावे. त्यावर कॅल्शियम नायट्रेट इ. खते सर्वत्र नीट पसरतील अशी घालावीत व त्यावर परत दोन लिटर पाणी द्यावे.

९) या खतातील कॅल्शियममुळे गवताच्या गठ्ठ्यात आम्लता (कुजतानाची व नायट्रेटची) नियंत्रणात राहते. गवत हळूहळू काळे पडत कुजत असते; त्यामुळे गवतात सुमारे १२० फॅ. एवढी उष्णता निर्माण होते. त्यामुळे

थंडीच्या काळात टोमॅटो जमिनीतील थंडीने वाढत नाहीत, अशी अडचण राहत नाही. या गवतात लावलेल्या टोमॅटोची मुळे ऐसपैस पसरतात व आत टाकलेले खत चाटूनपुसून फस्त करतात आणि झपाट्याने वाढून रोपामागे सहा किलो चांगले टोमॅटो देतात.

१०) या गवताच्या गठ्ठ्यावर जादा टोमॅटो येण्याचे आणखी एक खास कारण आहे. गवत कुजताना भरपूर कार्बन-डाय-ऑक्साइड वायू वाढतो व हवेतील नेहमीच्या कार्बन-डाय-ऑक्साइडपेक्षा हे प्रमाण तिपटीहून अधिक असते. झाडे पानांवाटे कार्बन-डाय-ऑक्साइड (CO_2) घेऊन व मुळीवाटे पाणी घेऊन सूर्यप्रकाशातील शक्ती वापरून पानात अन्न बनवतात. हवेतील कार्बन-डाय-ऑक्साइड (CO_2) वाढला तर अधिक वजनाचे पीक मिळते. तसेच असे पीक एकसारख्या आकार व रंगाचे होते. नेहमीपेक्षा लवकर तयार होते. (इतर उपायांनी धूर धुमसून कार्बन-डाय-ऑक्साइड वायू तयार होतो.)

११) टोमॅटोची रोपे लावताना दोन किलोच्या एका गठ्ठ्यात दोन रोपे लावली जातात. त्यासाठी त्यात लहान भोके पाडून त्यात थोडी नर्सरी माती विस्कटली जाते. या रोपांना झपाट्याने भरपूर पांढरी बारीक मुळी फुटते व झाड झपाट्याने वाढते.

१२) २५ किलो गठ्ठ्यात लावलेल्या वरील रोपांना लावणीनंतर दर पंधरा दिवसांनी १०० ग्रॅम कॅल्शियम नायट्रेट पसरून पाणी द्यावे. असे दोन ते तीन वेळा करावे. त्याचप्रमाणे मध्यंतरी दोनदा पोटॅशियमचा पण डोस (५० ते ७५ ग्रॅम पोटॅशियम नायट्रेट) द्यावा. दर वेळी तो पाच लिटर पाण्यातून द्यावा. हा हिशोब किलोमध्ये चार ग्रॅम कॅल्शियम नायट्रेट व दोन ते तीन ग्रॅम पोटॅशियम नायट्रेट होतो.

या पद्धतीचा वापर नऊ इंच उंचीचे गवताचे घट्ट पिळे बनवून ते सरीमध्ये नऊ इंचापर्यंत बसवून पीक घेण्यास पण करता येतो. अर्थात योग्य ती प्रयोगदृष्टी असणारी व्यक्ती वर दिलेल्या माहितीचा उपयोग करून, त्यात अनेक अंगांनी बदल करू शकेल. चौकटीबाहेरचे प्रयोग करीत गेले तर आपल्या परिसरातील साध्या गवताचा पण एखाद्या कुंडीसारखा कसा उपयोग करता यावा, हे यावरून समजू शकेल. गवताचे गठ्ठे ढासळू नयेत म्हणून योग्य त्या रीतीने आधार स्थानिक साधनसामग्रीतून सहज पुरवता येतील.

'तुझे आहे तुजपाशी'चा शोध घेताना नवी विज्ञानदृष्टी आपणाला अनेक नवे

संदर्भ पुरवत असते. गवताच्या ढिगात टोमॅटो घेताना खरी गरज गवत कुजताना निर्माण होणारी आम्लता अडवणे हे आहे, हे या प्रयोगामागील प्रमुख सूत्र समजून घेऊन आपण या प्रयोगात अनेक अंगी बदल करू शकतो. याचबरोबर द्यावयाच्या खतात नायट्रेट गट, फॉस्फेट गट, पोटॅशियम गट व त्याबरोबर मॅग्नेशियम व लोह गट कोणकोणत्या प्रमाणात उपलब्ध ठेवावे लागतात ते समजून घेऊन, या प्रयोगात आपण आपल्याला उपलब्ध असलेल्या साधनसामग्रीनुसार कोणताही योग्य बदल करू शकतो. निसर्गातील उपलब्ध वस्तूंचा मंडलाकार व्यवहार पुरा करण्याची एक अतिशय कार्यक्षम यंत्रणा निसर्गाने उभी केली आहे व त्या यंत्रणेचा सर्वांगाने सखोल परिचय करून घेत आपल्या हितासाठी व प्रगतीसाठी त्यांचा वाढता वापर करणे हेच खरी सुबत्ता निर्माण करण्याचे आदिसूत्र आहे.

जीन पेनचे प्रयोग

रंधलेले लाकूड, तसेच बारीक केलेला काटुकफाटा भिजवून व कृत्रिमरीत्या कुजवून त्यापासून उत्तम प्रतीचे खत तर तयार करता येतेच; पण बायोगॅस व वीजही मिळवता येते हे दाखवणारे जीन पेनचे प्रयोग करून पाहायला काय हरकत आहे?

♣

'तुझे आहे तुजपाशी' या लेखमालेत लेखांक ५ व लेखांक ७मध्ये आपण परदेशातील काही चौकटीबाहेरील प्रयोगांची माहिती करून घेतली. जमिनीचा पोत कसा सुधारावा याऐवजी रोपे लावण्यास निसर्गातीलच उपलब्ध टाकाऊ वस्तू कशा रीतीने कारणी लावाव्यात याबाबत आपण त्यात माहिती करून घेतली.

गाय, शेळ्या इत्यादी रवंथ करणाऱ्या जनावरांच्या पोटात या प्रकारची कार्ययंत्रणा क्रियाशील असते. जनावरांनी बकाबका पोटात भरून घेतलेले अन्न त्यांच्या मोठ्या कोठ्यात आंबवले जात असते. नंतर ते आंबवून पचनीय बनवलेले अन्न परत रवंथ केल्यावर जनावरांच्या पोटात (खऱ्या कोठ्यात) जाते व त्यातील अन्नांश शोषून घेऊन नंतर शेणावाटे व लेंडीवाटे त्यातील धागे व अपचनीय भाग बाहेर टाकला जात असतो. हे भाग मोठ्या आतड्यावाटे बाहेर येताना त्यावर परत इतर काही सूक्ष्म जीवांची वाढ होते व ते जीव अनेक तऱ्हेची जीवनसत्त्वे स्वत:च्या वाढीसाठी बनवीत असताना जनावरांना पण पुरवीत असतात. आपल्या मोठ्या कोठ्यात पण जंतूंवाटे अशा रीतीने ब गटातील जीवनसत्त्वे बनवण्याचे कारखाने असतात. सतत रेचक घेऊन अगर धागायुक्त पदार्थांचा आहार कमी घेऊन आपण या क्रियेत अडचणी निर्माण करीत असतो व आपले आरोग्य आपल्या अशास्त्रीय आहाराने कायमचे बिघडवत असतो. बाहेर येणाऱ्या शेणाचा रंग हा त्यातील पित्तामुळे असतो. पित्ताचे

हे घटक आहारातील तैलयुक्त पदार्थांचे पचन करून त्यांचे दुधासारख्या पदार्थात (कलीलात = क्लाइड्समध्ये) रूपांतर करीत असतात व मोठ्या आतड्यात कोठ्यातील पदार्थ फसफसून गॅस बनू नये ही पण महत्त्वाची कामगिरी बजावत असतात.

जनावराच्या मोठ्या कोठ्यात अन्न आंबताना आपल्या बायोगॅस संयंत्रात ज्याप्रमाणे शेणाचे पुढचे विघटन होत मिथेन हा निळी ज्योत देणारा वायू बनतो, त्याप्रमाणे तिथे पण मिथेन वायू बनू शकतो. कपिला गाईबाबत ती संतापली की तिच्या नाकातोंडातून ज्वाळा येत असत; याचा अर्थ की, असा बाहेर पडणारा वायू ऋषींच्या यज्ञानावे पेटवलेल्या अग्निहोत्रामुळे केव्हा तरी भपकारेवजा जळला असावा, असा कयास आता करता येतो; पण गवत, काटक्या, पाला इत्यादी खाऊन, मोठ्या कोठ्यात त्या आंबवून, मग रवंथ करून, बारीक करून त्यातून आपणास शेण व लेंड्या मिळतात. हे संदर्भ लक्षात घेतले तर शेण व लेंड्या म्हणजे दातांवाटे दळलेले वनस्पतींचे अंशच होत, हे लक्षात येईल.

वरील संदर्भ लक्षात आला तर प्लॅस्टिकच्या एखाद्या बंद पिशवीत आपण पाला वा गवत चिरून सडत ठेवले तर पिशवी उघडताच जनावराच्या तोंडाला येतो तशा वायूचाच भपकारा आपणास येईल किंवा अधिक काळ ते पदार्थ आपण तसेच ठेवले तर त्याचे शेवटी शेणासारख्या पदार्थात रूपांतर होईल. गाई, शेळ्या इत्यादी प्राणी जे काम एका दिवसात त्यांच्या पोटातील १००-१५० फूट लांबीच्या आतड्याच्या नळीतील पृष्ठभाग वापरून करीत असतात, ते आपण प्लॅस्टिकच्या पिशवीऐवजी तशा लांब नळ्या वापरल्या तरी सहज करू शकू. यासाठी जनावराच्या तोंडातील घासाचे विरजण या नळ्यांच्या सुरुवातीच्या भागात व शेणाचे विरजण या नळ्यांच्या शेवटच्या भागात दिले की झाले. अर्थात या पिशवीचे तापमान पण जनावराच्या शरीराप्रमाणे ९८ अंश फॅरनहिटच्या जवळपास राखले पाहिजे. 'शेणखत मिळत नाही, काय करू?' असे म्हणत न बसता, आहे त्या वनस्पतिसृष्टीच्या वापरातून शेणखताच्या ताकदीचे खत कसे बनवावे याचे तंत्र आपण प्रगत करू शकलो पाहिजे. बागेतील हरळ काढताच ती सात-आठ दिवस बंद प्लॅस्टिक पिशवीत सडवावी व मग सरीत वरच्या भागात पसरावी. ही हरळ परत उगवणार नाही, उलट उत्तम प्रतीचे खत पुरवेल. हा प्रयोग प्रत्येकाने खरोखरीच अभ्यासण्यासारखा आहे.

जीन पेनचा प्रयोग

जीन पेन या फ्रान्समधील एका छंदी प्रयोगवीराने असेच प्रयोग केले. हत्तीच्या पोटात मोठमोठ्या झाडांचे डहाळे, फांद्या पार पचन होऊन जातात. जीन पेनच्या प्रयोगाची दिशा लक्षात घेताना हा संदर्भ डोक्यात असला पाहिजे. स्वत: शेतकरी म्हणून प्रयोग करणारा हा प्रयोगवीर तसा खास कृषिशास्त्राचा अभ्यास केलेला कुणी

पदवीधर वा संशोधक नव्हता. तो इतर चारचौघा शेतकऱ्यांप्रमाणेच पण जरा चौकटीबाहेर प्रयोग करणारा चिकित्सक प्रयोगवीर मात्र खचित होता. नुकतेच दोन वर्षांपूर्वी त्याचे देहावसान झाले. त्याचे प्रयोग **'द मेथड ऑफ जीन पेन'**, 'अनादर काइन्ड ऑफ गार्डन' या नावाने त्याच्या पत्नीने संकलित केलेले आहेत. २५० पानांच्या या पुस्तकात त्याने केलेल्या विविध प्रयोग-यशाचे धावते वर्णनही आहे. अगदी बाळबोध शब्दांत त्याच्या पत्नीने त्याच्या या प्रयोगांचे वर्णन दिले आहे. फ्रान्समधील ज्या डोंगरउताराजवळ त्याने हे प्रयोग आयुष्यभर केले, तेथील उन्हाळ्यातील तापमान आपल्याकडील उन्हाळ्यातील तापमानाप्रमाणेच ३७ अंश सेंटिग्रेडहून जास्त होत असे; पण तरीही त्या परिस्थितीत मांडवावर पानांचे आच्छादन घालून त्या मांडवाखाली पाणी न देता टोमॅटोचे भरघोस उत्पादन तो मिळवू शकला होता. शिवाय त्याच्या पद्धतीत बायोगॅस व बायोगॅसवर एका नव्या तंत्राचा वापर करून वीज पण त्याने पुरेपूर प्रमाणात घेतली होती. त्याच्या प्रयोगातील काही महत्त्वाचे तपशील या लेखात पुढे दिले आहेत. 'तुझे आहे तुजपाशी' या लेखमालेतील हे सर्व लेख ज्यांनी अभ्यासपूर्वक वाचले असतील, त्यांना या प्रयोग-यशाचे रहस्य थोड्याफार चिंतनाने सहज समजू शकेल.

काटुक-फाट्याचा प्रशस्त ढिगारा

जीन पेनने डोंगर-टेकड्या धरून आपली प्रयोगजागा निवडली. त्या टेकड्यांत ज्या ज्या तऱ्हेची काटुकफाटी पडलेली असेल ती त्याने गोळा केली. तसाच चार इंच जाडीचा वाळका लाकूडफाटा पण तोडून आणला. नंतर जाड लाकूडफाटीचा रांधा यंत्राने रंधून लांबलचक पातळ पापुद्रे बनवणे हे त्याच्या तंत्रातील खास सूत्र होय. (लांब पापुद्रे म्हणजे लिग्नीन या धागायुक्त घटकाचे हवापाण्याला चारी बाजूंनी उघडे पडलेले अंग होय.) नंतर हे रंधलेले पापुद्रे त्याने तीन दिवस पाण्यात गच्च भिजत टाकले. मग या पापुद्र्यात अगदी टिपकागदासारखे पाणी मुरले. नंतर सहा मीटर लांब, पाच मीटर रुंद व अडीच मीटर उंच असा ऐसपैस ढीग केला. या ढिगात पन्नास टनांचा वरील मसाला रचलेला होता. (म्हणजे दर घनफूट जागेत सुमारे ३० किलो मसाला बसला होता.) हा कातून काढलेला व पाण्यात भिजवून रचलेला लाकूडफाटा व काटुक-फाट्या यांचा ढीग सहा ते आठ महिन्यांत क्रमाक्रमाने कुजत काळा पडत गेला व नंतर हाताने त्याचा सहज भुगा बनायचा इतका तो नरम व ठिसूळ बनला. कुजण्याच्या क्रियेत खंड पडू नये म्हणून या ढिगावर वारंवार पाणी शिंपून ढिगाची आर्द्रता ४० ते ५० टक्के टिकवण्यात आली.

लाकडी धागा लवकर कुजावा म्हणून त्याचे पातळ पातळ पापुद्रे बनवले गेले. गच्च भिजवल्याने हवेतील नत्र वापरून त्याच्या कुजण्याच्या क्रियेस सुरुवात झाली

व असे कार्य दोन महिने चालू राहिले. नंतर हा ढीग गच्च होत आत बसत गेल्यावर ढिगाच्या आतल्या भागात बायोगॅस प्लॅन्टप्रमाणे बायोगॅस बनत गेला. ही क्रिया सुमारे चार ते पाच महिने चालली. हा तयार होणारा गॅस लांब प्लॅस्टिक नळ्यांवाटे गोळा करून वापरण्याचे तंत्र जीन पेनने बनवले होते व त्याबाबतचे काही प्रायोगिक तपशील त्याने दिले आहेत. या सर्व तपशिलाची चर्चा इथे करणे शक्य नसले तरी दहा किलो लाकूडरांध्यापासून ७० घनफूट बायोगॅस मिळतो व हा बायोगॅस जाळल्यास ११ हजार किलो कॅलरी एवढा भरतो. आता एक लिटर पेट्रोल जाळले तरी ११ हजार किलो कॅलरी एवढीच शक्ती मिळते. म्हणजे लाकूडफाट्याचे खत बनवता बनवता त्यातून बायोगॅस पण मिळवता येतो व त्यावर वीज पण मिळवता येते, अशी संयंत्रणा त्याने बांधली होती; मात्र यासाठी त्याने केलेल्या लाकूडरांध्याचा ढीग हा जवळ जवळ ८० घनमीटर म्हणजे २८०० घनफूट आकाराचा होता. आपण शेतामध्ये गवताच्या अगर भाताच्या पेंढ्या अगर गासड्या उभ्या करतो तेव्हा त्यांचा जवळजवळ हाच आकार असतो. अशा प्रचंड गंजीतून चार महिने कुजण्याच्या काळात रोज सुमारे २०० घनमीटर (१ घनमीटर = ३५ घनफूट) बायोगॅस त्याला मिळे व तो त्याने प्लॅस्टिक नळ्यांवाटे गोळा केला होता.

चालू चर्चेमध्ये गॅस इ. पेक्षा त्याने याप्रकारे बनवलेले खत कोणत्या दर्जाचे होते ते समजून घेणे महत्त्वाचे आहे. जर ढिगाचे तापमान ३६ अंश सेंटिग्रेड कायम राखले गेले तर उत्तम कुजलेले खत चार-सहा महिन्यांतच तयार होत असे. या खतात हवेतील ओल शोषून घेण्याची क्षमता असते. (लिग्नो प्रोटिन)

हा कुजून तयार झालेला भुगा पुढे १८ महिने शेतात चांगले काम देतो; मात्र हा भुगा पुढे जमिनीत घालावयाचा नसतो. तो शेतात घालण्यापूर्वी एक महिना आधी मोकळा फिरवून ठेवायचा असतो व नंतर रोपाशेजारी जमिनीवर अंथरावयाचा असतो. अशा अंथरलेल्या थरात टोमॅटो इ. रोपांची मुळी (खोडाला येणारी व जमिनीतून वर येणारी) चांगली पसरते. रात्रीच्या वेळी त्यातील ओल शोषते. दुपारच्या वेळी दोन-तीन वाजेपर्यंत पाने कोमेजल्यासारखी दिसतात. (पाने कोमेजणे हे पानांचे पाणी बचावण्याचे तंत्र असते. उच्च तापमानात पाने अन्न (कर्बोदके) बनवू शकत नाहीत; म्हणून पाने कोमेजली तरी उत्पादनात घट होत नाही.) परत सायंकाळी ती टवटवीत होतात; मात्र दुपारच्या वेळी पाने कोमेजताच त्यांना उन्हाचा चटका बसू नये म्हणून हे टोमॅटो मांडवावर पालापाचोळा अंथरून त्याखालील जागेत घेतले होते.

हे खत देण्याचे एक सूत्र जीन पेनने बनवले होते. ज्या जमिनीला मूळचाच चांगला पोत व कस आहे व ज्या जमिनीत मूळचाच तीन टक्के सेंद्रिय खतांचा अंश आहे, त्या जमिनीला तो पहिल्या प्रकारची उत्तम जमीन आहे व अशा जमिनीत

अगदी सुरुवातीस दर गुंठा जागेत ५०० किलो खत भाजीपाला लागवडी नावे अगर ४०० किलो खत गहू इ. लागवडी नावे द्यावयाचे असते. नंतर त्या जमिनीत दरवर्षी गुंठ्यास फक्त ५० ते १०० किलो खत द्यावे लागेल; मात्र हे खत नेहमी जमिनीवरच अंथरावयाचे असते. चौथ्या वर्षी या थरातील पहिला थर जमिनीत मुरत जातो.

सर्वांत निकस जमीन म्हणजे नंबर तीनची जमीन असे जीन पेनने लिहिले आहे. नुकतेच धूप प्रतिबंधक इलाज केलेल्या डोंगराळ खडकाळ जमिनीत वरील खताच्या तिप्पट म्हणजे गुंठ्यास १४०० किलो खत घालावे असे त्याने लिहिले आहे. या पहिल्या व तिसऱ्या प्रकारच्या जमिनीखेरीज मधल्या प्रकारची जमीन, त्याला जीन पेन दुसऱ्या प्रकारची जमीन म्हणतो व अशा जमिनीत वरील खत उत्तम जमिनीच्या दुप्पट म्हणजे गुंठ्यात एक हजार किलो घालावे असे त्याने प्रमाण दिले आहे.

या सर्व पद्धतीत पीक काढल्यावर राहणारे रोपांचे, पिकांचे भाग त्याच जमिनीत परत तिथेच घालावयाचे असतात व ते बारीक करून तिथे वरच्या थरात पसरावयाचे असतात. तसेच या पिकाला – भाजीपाल्याला इतर खत देऊ नये. वरील रीतीने वनस्पती सृष्टीपासून बनवलेले, जंतूंनी कुजवून वा मेलेल्या जंतूंच्या शरीरापासून बनलेले खतच पिकाची सर्वच गरज पूर्णपणे भागवत असते. 'तुझे आहे तुजपाशी' नावे हे प्रयोगविचार अनेक नवे संदर्भ पुरवून जातात.

फळझाडे वाढवण्यास पण त्याने पुढील प्रमाण दिलेले आहे. दर गुंठ्यात दोन झाडे (म्हणजे २०' × २५' अंतरावरील लावणीत) असली तर प्रत्येक झाडाला अगदी सुरुवातीस वरील रीतीने तयार केलेले ५० किलो खत द्यावे लागते. नंतर दरवर्षी शरद ऋतूत प्रत्येक झाडाला फक्त पाच किलो नवे खत द्यावे लागते. त्या वेळीच त्या भागात गवत वाढवून तेच कातरत त्या झाडाजवळच्या थरात पसरून द्यावयाचे असते. हे कातरलेले भाग मेंढी कोवळे गवत खाते त्याच लागीचे आत जाड; जून काडी नसलेले असावे लागते. मग हे खत वरच्या थरात परत कुजत-मुरत जमिनीचा कस टिकवून धरते व फळझाडांना पण बाहेरून खत पुरवावे लागत नाही. (आपल्याकडे कोकणातील प्रगतशील बागायतदार पावसाच्या सुरुवातीस आंब्याचे पडलेले काटूक व गळून पडलेली पाने परत आंब्याशेजारीच वरच्या थरात आळ्यांमध्ये टाकून खताची चांगली बचत करीत असतात.)

वरील प्रयोगातील एक-दोन बारकावे समजून घेतले तर त्याच प्रकारचे प्रयोग आपण एक-दोन गुंठे शेतापुरते तरी अभ्यासू शकू. त्याने लाकडी फाटे रंधून जनावरांनी खाल्लेले अन्न दातांवाटे रवंथ करीत दळावे तसे बारीक बारीक कुट्टीवजाच बनवलेले होते. हे धागे शक्यतो आडवे न मोडता धाग्यांच्या लांबीच्या बाजूने रंधून घेतले होते. हे धागे कुजवण्यास भरपूर ओल (५० टक्के ओल) वापरली होती.

सुरुवातीस हे धागे तीन दिवस पाण्यात गच्च भिजवून घेतले होते. एक घनफूट जागेत सुमारे ३० किलो धागे मावत. त्या धाग्यांतर्फे सुमारे २० लिटर पाणी सुरुवातीस शोषले जाते, असे तपशील जीन पेनने दिलेले आहेत. अशा रीतीने तयार झालेले खत हे जमिनीत घालायचे नाही. रोपाशेजारीलच जमिनीवरच पसरावयाचे असते. शिवाय या खताखेरीज इतर कोणतीच खते जमिनीला पुरवावयाची नसतात. पुढील खत देताना त्या जागेत वाढलेल्या पिकाचे उरलेले भाग परत त्याच जागेत बारीक करून द्यायचे असतात. अशा रीतीने खताचे एक नवे सूत्र त्याने पुढे आणून पाश्चात्त्य कृषिवैज्ञानिकांनादेखील चकित केले होते. हे पुस्तक यासाठी मुळातूनच वाचले पाहिजे. गहू कडबा यांच्या काड्या, धाटे ओल्या करत बडवून, नरम करत वरचे पॉलिश घालवून असे खत कमी काळात बनवता येते.

या ढिगातून बायोगॅस पण मिळवता येतो. पूर्वी दलदलवजा जागेतून वेताळाचे पलिते कधी कधी रात्री नाचतात, असा लोकभ्रम होता. खरे पाहता त्या जागेत दलदलीतील पदार्थ कुजवताना बनणाऱ्या मिथेन वायूचे ज्वलन काही कारणांनी होत असे. हे नवे शास्त्रविचार आता आपण समजून घेतले पाहिजेत.

भाताच्या एका पात्यात दडलेली पायाशुद्ध कृषिक्रांती

जपानमध्ये फुकुओका या उच्चविद्याविभूषित साहेबानी नैसर्गिक शेतीचे यशस्वी प्रयोग केले व ज्याला आधुनिक म्हणता येईल, अशा कोणत्याही प्रकाराचा अवलंब न करताही त्या पद्धतीपेक्षा अधिक उत्पादन काढले. हे त्यांना कसे जमले?

♣

मध्यप्रदेशातील होशंगाबाद भागातील रसुलिया येथील फ्रेंड्स रुरल सेंटरने 'वन स्ट्रॉ रेव्हॉल्युशन' (एका गवताच्या काडीची क्रांती) हे पुस्तक प्रसिद्ध केले आहे. एका जपानी शास्त्रज्ञाने चौकटीबाहेरचे प्रयोग करून काही मूलभूत संदर्भ पुन्हा नव्याने पुढे आणण्याचा प्रयत्न केला. या शास्त्रज्ञाचे नाव आहे 'मासानोबू फुकुओका.' त्यांच्या या प्रयोगाची थोडक्यात माहिती देणारी व्हिडिओ फिल्म पण आता उपलब्ध आहे. 'तुझे आहे तुजपाशी'चा पुरेपूर संदेश देऊ पाहणारे असे हे प्रयोग आहेत.

जपानी भातशेती ही भारतात गाजलेली भातशेती आहे. दोऱ्या लावून, नेमक्या खुणा करून, अधिक उत्पन्न देणाऱ्या संकरित वाणांची लावणी करून व खताचा जादा डोस व खर्चिक औषधी योजना करून एकरी २५ ते ३० क्विंटल भाताचे हुकमी उत्पादन मिळवण्याचे तंत्र म्हणून या तंत्राचा एकदा फार मोठा गवगवा व गाजावाजा झाला; पण अगदी याच्या विरुद्ध टोकाचे प्रयोग करून या उत्पादनाच्या बरोबरीनेच, किंबहुना, त्याहून अधिकच उत्पादन घेता येते असा आगळा प्रयोग फुकुओकाने गेली चाळीस वर्षे सातत्याने यशस्वी करून दाखवला आहे. यासाठी त्याने नांगरणी, चिखलणी, खतपेरणी, औषधमारणी या सर्वच गोष्टींना शंभर टक्के फाटा दिला. उलट लावणीसाठी वापरावयाचे भाताचे वाण त्या भागातील परंपरागत भाताच्या वाणांतूनच निवडले. 'पेरा, फिरा व कापणी करा व कापणीचे काड तिथेच

फिसकारा' असा भात लागवडीचा एक नवा मार्ग त्याने यशस्वी करून दाखवला. त्या मागोमागच इतर भाजीपाला पिकाबाबत हेच तंत्र यशस्वी केले व अगदी सुरुवातीस संपूर्णपणे वाया गेलेल्या संत्र्याच्या बागा याच तंत्राने पूर्ण सुधारून त्यापासून रेकॉर्ड उत्पादन मिळवले.

फुकुओकाची ओळख

हे प्रयोग करणारा फुकुओका हा कोणी अशिक्षित शेतकरी नव्हता. तो विज्ञानाचा पदवीधर होता. विशेष म्हणजे तो मायक्रोबायोलॉजी (सूक्ष्म जीवविज्ञान) व त्यात पुन्हा वनस्पतिरोगविज्ञान यात पदवीधर झालेला होता. शिक्षणानंतर काही वर्षं त्याने या क्षेत्रात सरकारी नोकरी पण केली; पण वयाच्या २५व्या वर्षापासून चालू विज्ञानाच्या वापराबाबत ज्या कार्यपद्धती पुढे आणल्या जात होत्या, त्याबाबत तो अधिकाधिक साशंक बनत चालला होता. विज्ञान हे आहे तसेच पाहिले तर ते तटस्थ असते; पण त्याचे तंत्रविज्ञान बनवताना मात्र ते श्रीमंतांचे बटीक होईल; खते, औषधे यांचे उत्पादन व व्यापार करणाऱ्यांची बाजू घेईल, अशा रीतीचे मुखवटे घालून ते प्रसारात आणलेले असते; यामुळे विज्ञानाचे सच्चे उपासक हे या विज्ञानाच्या नावाने चाललेला सावळा गोंधळ पाहून आज याविरुद्ध जोरदार आवाज उठवू लागले आहेत. फुकुओकाने जेव्हा आपली नोकरी सोडली तेव्हा त्याच्या डोक्यात याचसारखे अनेक विचार घोळत होते. आपली नोकरी सोडून तो आपल्या वडिलोपार्जित गावी परत आला. दक्षिण जपानच्या शिकोक बेटात त्याच्या वडिलांची जमीन होती. १९३८पासून त्याने तेथे संत्र्यांच्या बागेत याबाबतचे आपले निसर्गावर झाडे पोसण्याचे प्रयोग सुरू केले. या पहिल्या प्रयोगात त्याने खच्चून अपयश सोसले. त्याचे वडील त्या खेड्यातील प्रमुख होते. त्याचे हे चौकटीबाहेरचे प्रयोग पाहून ते हादरून गेले. त्याने शेती न करता पुन्हा नोकरी करावी म्हणून त्यानी त्याला गळ घातली. तो काळ दुसऱ्या महायुद्धाचा होता. त्याच्यासारखे शिकलेले तज्ज्ञ तेव्हा हवे होते; म्हणून झाडांचे रोग व कीटकनियंत्रण या विभागात सरकारने त्याला प्रमुख संशोधकाची जागा दिली. त्या केंद्रात लढाईच्या काळात अन्नोत्पादन कसे वाढवावे, यासाठी कृषिविज्ञान-संगोपन विभागात त्याने निरीक्षक म्हणून आठ वर्षे काम केले. या आठ वर्षांत मानवी बुद्धीने शोधून काढलेली रासायनिक कृषिपद्धती हीच श्रेष्ठ का असावी, हा प्रश्न फुकुओकाच्या मनात सतत रेंगाळला होता. म्हणून लढाई संपताच रासायनिक कृषीच्या संदर्भात अगोदरची नैसर्गिक परंपरेतील कृषिपद्धती श्रेष्ठ आहे की नाही याचे तपशिलाने प्रयोग करण्याचे त्याने ठरवले.

संत्र्यांच्या बागेतील प्रयोग

फुकुओकाची वडिलोपार्जित संत्र्याची बाग पावणेदोन एकर होती; पण त्या बागेभोवतालची जागा पडीक पडलेली होती. ती जागा पण त्याने खरेदी केली व अशा रीतीने साडेबारा एकर बाग त्याने उभी केली. ही जागा डोंगरउताराची होती.

या ठिकाणी फुकुओकाचे प्रयोग तेवढे आपण समजून घेणार आहोत. त्यामागची त्याची मीमांसा व आणखी इतर मीमांसा आपण या लेखमालेत स्वतंत्रपणे करणार आहोत. फुकुओकाने घेतलेल्या डोंगरउतारावर पूर्वी पाइन वृक्ष वाढलेले होते. ते वृक्ष काही वर्षांपूर्वी तोडून नेले होते. त्यांच्या खुंटातून काही नव्या फुटी वर येत होत्या. या जागेत उताराच्या रेषा धरीत (कौंटूर रेषा) फुकुओकाने संत्र्यांची लहान रोपे लावली. काही काळाने त्या जागेत जपानमध्ये वाढणारे विविध प्रकारचे गवत व इतर तण माजले व त्यात संत्र्यांची रोपे पार बुडून गेली.

अशी नैसर्गिक वाढ होताच त्याने वाऱ्यापासून संरक्षण मिळावे म्हणून काही पाइन वृक्ष त्या लागवडीत वाढू दिले. तसेच संत्र्यांच्या रोपाभोवती माजलेले गवत व घुसपट जमिनीबरोबर छाटून घेतले व त्यात द्विदल वर्गातील क्लोव्हर हे पीक लावले. त्या काळात जपानमध्ये संत्री लावताना खड्डे काढून त्यात सेंद्रिय घटक म्हणून कोणते तरी पदार्थ (पाला, कचराकाडी, शेण, इ.) वापरत असत. फुकुओकाने संत्री लावणीची ही कष्टाची व दगदगीची पद्धत काही प्रयोगांनंतर पूर्णपणे सोडून दिली. सुरुवातीस त्यासाठी तो गवत व फर्न वृक्षाची पाने डोंगराच्या खालच्या भागातून गोळा करून आणत असे व असे ९० पौंडांचे ओझे वाहून आणून हे खड्डे भरीत असे; पण दोन-तीन वर्षांतच हे सर्व पदार्थ कुजून चिमूटभर ह्युमस शिल्लक राहत असे व खड्डे पण ढासळून जात असत. मग त्याने काटक्या इ. वापरण्यास सुरुवात केली व शेवटी त्याच्या लक्षात आले की, त्याच्या संत्रा बागेतच त्याने जी काही पाइन इत्यादी जपानमध्ये येणारी झाडे राखली होती, तीच दरसाल तिथल्या तिथे पाला, काटुकफाटुक इ. मधून भरपूर ह्युमस पुरवू शकतात.

त्यामध्ये बाभूळवर्गातील काही झाडे पण होती. त्यांचा पाला जनावरांना चारा म्हणून चालू शके. तसेच त्यांच्या मुळांना नत्राच्या गाठी पण येत असत. ही झाडे जपानमध्ये ऑस्ट्रेलियातून सर्वप्रथम आली. गुंठ्यामागे असे एक झाड संत्रा बागेत राखले तर जमीन चार-पाच वर्षांत खोलवर सुपीक बनतेच; पण त्याचबरोबर पाच-सात वर्षांत ती झाडे टेलिफोनच्या खांबाप्रमाणे उंच पण होतात. याचे लाकूड पण टणक असते. अशा झाडांपासून तिथल्या तिथे मिळणाऱ्या काटक्या, पाला, शेंगा,

बिया, कुजणारी मुळे यांनी हवा तेवढा ह्युमस संत्र्यांच्या बागांना मिळू लागला. (आपल्याकडे याच दृष्टीने कुंपणाला वेडी बाभूळ, प्रत्येक गुंठ्यामागे ग्लिरीसीडिया, हादगा, शेवरी, शेवगा अशी झाडे वाढवल्याने फळबागांच्या खताचा प्रश्न फार चांगला सोडवता येईल.)

फळबागेतील वरची जमीन तयार व्हावी म्हणून त्या जागेत क्लोव्हर (बर्सीम किंवा अल्फाफा) हे त्या भागातील हिरवळ-खत पुरवणारे पीक पेरले. क्रमाक्रमाने त्यात ते जोमाने व दाट वाढू लागले व त्या जमिनीचा पोत सुधारू लागला. या लागवडीतच जमिनीच्या खालच्या थरात खोलवर मुळे घुसणारी, पण लवकर वाढणारी अशी वनस्पतीदेखील त्याने वाढवली व अशा रीतीने निसर्गाच्या हातानेच ती जमीन खोलवर नांगरून, हलवून, मोकळी करून व ह्युमस खत पुरवून सुपीक बनवली.

ती जमीन सुपीक बनल्यावर तिच्यात विविध प्रकारचे तण पण वाढू लागले व सात-आठ वर्षांनी तणांत पेरलेले व वाढवलेले क्लोव्हर पूर्ण बुडून जाऊ लागले. तेव्हा त्याने या क्लोव्हरचे प्रमाण आणखीन वाढवले व उन्हाळ्याच्या शेवटी तण जमिनीलगत कापून घेऊन त्यानंतर ते क्लोव्हरचे बी पेरण्यास सुरुवात केली. अशा रीतीने सतत २५ वर्षे प्रयोग करीत राहिल्याने त्या जमिनीचा पोत सुधारला. ती जमीन पूर्ण मोकळी झाली. जमिनीला काळसर गर्द रंग आला व सेंद्रिय घटक भरपूर वाढल्याने तीत गांडुळांची पण भरपूर वाढ झाली.

अशा रीतीने बागेतच उभ्या केलेल्या हिरवळीच्या खताने व बागेत दर गुंठ्यामागे लावलेल्या एका उंच वृक्षामुळे त्या बागेत पुरेशी सावली, वाऱ्यापासून पुरेसा निवारा मिळू लागला. जमीन खोलवर मोकळी होत गेली व हिरवळीच्या खतामुळे जमिनीचा कस खोलवर सुधारला.

या पद्धतीने वाढवलेल्या बागेत सहाव्या वर्षातच संत्र्यांची झाडे उत्तम पीक देऊ लागली व पुढे कधीही, कोणतीही मशागत न करता व बाहेरून कोणतेही खत आणून न घालता फुकुओकाने त्या बागेत सतत पहिल्या दर्जाचे वाढते संत्र्यांचे उत्पादन घेतले. गंमत म्हणजे या अशा वनस्पतीमध्ये ज्या आजवर विविध प्रकारच्या किडी, माइट्स, स्केल्स इत्यादी वाढत, त्यांना मारणारे लेडी बीटल्स इत्यादी कीटक पुन्हा त्याच ठिकाणी वाढत. तसेच विविध प्रकारचे बेडूक, कोळी यांची पण त्या ठिकाणी वस्ती वाढे. कोणतेही कीटकनाशक अगर जंतुनाशक न वापरता ही बाग निरोगी राही. किंबहुना, औषधांची सतत फवारणी केलेल्या बागांपेक्षा ही बाग कमी रोग व कीड असलेली अशी असते; हे वनस्पतीतील कीटक व रोगराईच्या विविध क्षेत्रांतील जपानमधील तज्ज्ञांनी वारंवार भेटी देऊन नमूद करून ठेवले आहे.

भातलावणीचा आगळा प्रयोग

भातलावणीबाबत अभ्यास करताना फुकुओकाने नवीन चार तत्त्वे प्रमाणित केली.

१) लावणी करण्यासाठी नांगरणी व मशागत करण्याची काहीही गरज नाही. निसर्गच रोपांच्या मुळावाटे, सूक्ष्म जीवजंतूंच्या कार्याद्वारे व गांडुळे आणि जमिनीत बिळे करणाऱ्या प्राण्यांतर्फे जमिनीची उत्तम मशागत करीत असतो.

२) जर निसर्गावरच जमिनीचा पोत सुधारण्याचे कार्य सोपविले व निसर्गाच्या या पद्धतीला मदत करील अशी पद्धती आपण वापरली तर जमिनीचा कसही आपोआप राखला जातो व क्रमाने वाढत जातो. रासायनिक खत वापरून आपण हा तोल बिघडवितो व जमिनीचा कस क्रमाने नष्ट होत जातो. सेंद्रिय पद्धतीनेच हा तोल सुधारता येतो व टिकवून धरता येतो.

३) जमिनीत वाढणारे कोणतेही तण निंदून अगर खुरपून काढू नये; कारण तणानी जमिनीची सुपीकता (खास करून सूक्ष्म घटक द्रव्यांबाबतची सुपीकता) वाढत असते. तसेच या सूक्ष्म घटक द्रव्यांमुळे जमिनीतील जैविक सृष्टी चांगल्या प्रकारे कार्यक्षम राहते. म्हणून तण उपटून काढून टाकू नका. त्या तणांचे प्रसंगानुरूप नियंत्रण करा. यासाठी जमिनीवर भाताचा पेंढा पसरावा किंवा रोपाबरोबर चवळी वर्ग लावून त्या स्पर्धेत तणाला मागे हटवावे किंवा जमीन तात्पुरती पाण्याखाली बुडवून तणाचे तात्पुरते नियंत्रण करावे.

४) कोणत्याही कमकुवत रोपाचे रक्षण होऊ नये म्हणून त्या रोपाला स्पर्धेत नष्ट होऊ द्यावे. जोमदार रोपाला रोग फारसे नुकसान पोहोचवू शकत नाहीत. रोपे जोमदार बनवण्यास ती स्थानिक वाणातील स्थानिक परिस्थितीत पिढ्यान्‌पिढ्या टिकून राहिलेल्या वाणांच्या बिया वापरून बनवावीत. शेतामध्ये रोपांचे रक्षण करणारे कीटक वाढवण्याने पण उपद्रवकारक कीटकांचा आपोआप बंदोबस्त होतो (जमिनीतील सूक्ष्म जंतूंवाटे जमिनीत मायसिन इ. वाढल्याने बुरशी आदी रोगांचा प्रतिकार झाड करू शकते.) रासायनिक औषधे व खते वापराने हा दुवा तुटतो व रोगाच्या व किडीच्या संकटांना पिकाला तोंड द्यावे लागते.

भाताचे पीक चांगले मिळावे यासाठी भाताच्या लोंबीजवळचे शेवटचे अगर त्या पूर्वीचे दुसरे-तिसरे पान सर्वांत लांब आले पाहिजे. जर रोपे लहान असताना त्यांची वाढ काही काळ रोखून धरली तर अशा रीतीने सर्वांत वरचे अगर त्या खालचे पान सर्वांत मोठे होते व मग प्रत्येक रोपाला सर्वांत अधिक दाणे असणारी मोठी लोंबी

मिळते. तसेच भाताचा पेंढा व भाताचे वजन यात पेंढ्याचे वजन हे भाताच्या वजनाच्या दुप्पट न येता ते भाताच्याच वजनाचे अगर त्याहून जरा कमी वजनाचेच भरले पाहिजे. वाणाची निवड करताना हे संदर्भ चांगले लक्षात ठेवले पाहिजेत, तसेच, एकाच रोपाला १२ फुटवे व प्रत्येक फुटव्यात २५० दाणे येतील अशा प्रकारची डोळस वाणांची निवड केली तर हे पीक वर्षानुवर्षे कोणतेही खत न घालता, कोणतीही मशागत न करता व कोणतेही औषध न मारता रेकॉर्ड पिकाच्या बरोबरीने घेता येते. ऋतुमानाप्रमाणे त्यात जो काही चढ-उतार होईल तेवढाच.

फुकुओका आपल्या भात पिकाची कापणी करताच भात काढून उरलेला पेंढा त्याच जमिनीवर विसकटून पसरून टाकतो. त्यातच हिवाळ्यातील तिकडचे ओट, बार्ली इ. पिकांच्या बिया फेकतो. त्यातच क्लोव्हर इत्यादीचे पण बी फेकतो. भाताच्या पेंढ्याखालून बार्ली, ओट उगवून वर येतात. अशा गर्दीतही पिके उत्तम येतात. फुकुओकाच्या संत्र्याच्या बागेत त्याने गवत व तण ऐसपैस वाढवून पीक घेतल्याचे आपण वर वाचले आहे. आता जपानमध्ये व फळबागाईत गवत व तण वाढवण्याची पद्धत सार्वत्रिक झाली आहे व सर्व बागांतून आता गवत वाढलेले पाहावयास मिळते.

फुकुओका आपल्या भात पिकाची कापणी करताच भात काढून उरलेला पेंढा त्याच जमिनीवर विसकटून पसरून टाकतो. त्यातच हिवाळ्यातील तिकडचे ओट, बार्ली इ. पिकांच्या बिया फेकतो. त्यातच क्लोव्हर इत्यादीचे पण बी फेकतो. भाताच्या पेंढ्याखालून बार्ली, ओट उगवून वर येतात. अशा गर्दीतही पिके उत्तम येतात. फुकुओकाच्या संत्र्याच्या बागेत त्याने गवत व तण ऐसपैस वाढवून पीक घेतल्याचे आपण वर वाचले आहे. आता जपानमध्ये व फळबागाईत गवत व तण वाढवण्याची पद्धत सार्वत्रिक झाली आहे व सर्व बागांतून आता गवत वाढलेले पाहावयास मिळते.

फुकुओका भाताचा पेंढा न तोडता, आहे तसाच हिवाळ्याच्या सुरुवातीस आपल्या शेतात विसकटत असतो. पीक कापणीपूर्वी ऑक्टोबरच्या सुरुवातीस तयार पीक होणाऱ्या भाताच्या रोपांमध्येच हिवाळ्यात जलद वाढणारे तृणधान्याचे वाण (ओट, बार्ली इ.) तो विस्कटून टाकतो; त्याबरोबरच क्लोव्हरचे पण बी विस्कटत असतो. दर गुंठ्याला एक पौंड ओट वा बार्लीचे बी विस्कटून टाकतो; तर दहा पौंड ओट बी मागे क्लोव्हरचे बी १ पौंड या प्रमाणात विस्कटत असतो.

भात पीक तयार होईपर्यंत ओट वा बार्लीचे बी उगवून येते व ते एक ते दोन इंच वाढलेले असते. पीक कापणीत ते बी पायाखाली तुडवले जाते; पण नंतर ते लगेच वर येऊ शकते. भात कापणी होताच भात झोडून घेऊन भाताचा पेंढा सर्व शेतभर पसरला जातो.

याच वेळी भाताच्या बियांना मातीत घोळवून व त्यावर थोडे पाणी शिंपून त्यांच्या गोळ्या केल्या जातात. म्हणजे त्या बिया, पक्षी व उंदरांकडून खाल्ल्या जात नाहीत. या बियांच्या गोळ्या नोव्हेंबर १५ ते डिसेंबर १५ या काळात बार्ली व रायच्या लहान रोपातच फिसकारून टाकतात. किंवा या बिया रब्बी पीक काढणीनंतर पण पेरल्या जातात. विस्कटलेल्या भाताच्या पेंढ्यावर थोडेसे कोंबडीचे खत विस्कटून टाकतात, यामुळे भात पेंढा जलद कुजून ह्यूमस बनतो.

रब्बी पीक निघताच ते पीक झोडपून त्याचे काड परत शेतात पसरले जाते. त्यात भाताचे बी अगोदर पेरले नसल्यास पेरले जाते. नंतर या शेतात आठ ते दहा दिवस पाणी भरले जाते. त्यामुळे शेतातील तणाची व क्लोव्हरची रोपे कमकुवत बनतात व तोपर्यंत भात उगवून वर येते. नंतर पाणी कमी करताच क्लोव्हेरचे पीक सुधारते व तण तग धरून राहते; पण भात पिकावर मात करीत नाही.

या पिकाला पाऊस नसेल तर सात दिवसांपासून एकदा मोकळे पाणी दिले जाते. भाताच्या इतर शेतात जसे पाणी राखतात व भरून ठेवतात तसे भरून ठेवत नाहीत. अशा रीतीने पावसाळी भात व हिवाळी राय, बार्ली पिकाचे चक्र वर्षानुवर्षे कोणतेही खत न घालता, कोणतीही नियमित पेरणी न करता व कोणतेही औषध न मारता घेतले जाते व ते जपानमधील इतर पद्धतीने घेतलेल्या पिकामध्ये रेकॉर्ड पीक म्हणून ठरते.

बी फिसकरण्यास व पेंढा पसरण्यास लागणारा वेळ दहा गुंठे जागेत फक्त दोन ते तीन तास एवढाच असतो व एक शेतकरी हे काम सहज करू शकतो. या पिकाच्या कापणीच्या वेळी दोन-तीन माणसांची मदत घेता येते; पण याखेरीज या लागवड पद्धतीत श्रम व खर्च असे काहीच नसतात व जमीन सतत सुधारत गेल्याने उत्पादन हुकमी व विक्रमी मिळत असते.

या पद्धतीच्या शेतीबाबत, तसेच रानटी झाडाप्रमाणेच भाजीपाला, पिके (मुळा, टोमॅटो इ.) कशी घेतली जातात याची अधिक माहिती पुढील लेखांक १०मध्ये आपण घेऊ.

रानझाडाप्रमाणे भाजीपाला लागवड

फुकुओकाच्या प्रयोगातील सर्वच तत्त्वज्ञान आपण या लेखाच्या संदर्भात समजून घेण्याची गरज नाही; पण आपल्या घरापुरते लागणारे हरप्रकारचे कृषिउत्पादन आपण आपल्या स्थानिक परिसरात व नैसर्गिक परिस्थितीतच घेऊ शकलो पाहिजे, हा नवा विचार आपण आत्मसात केला पाहिजे.

♣

गेल्या लेखांकात फुकुओकाची एका (गवताच्या) काडीची क्रांती या संदर्भात आपण काही तपशील अभ्यासले. चालू लेखात त्याने भाजीपाला लागवडीबाबतचे आपले काही प्रयोग नमूद केले आहेत, त्याची ओळख करून घेऊ.

घरच्या घरी परसदारी आपणाला हवी ती सर्व भाजी सदासर्वकाळ मिळवता येते; मात्र त्यासाठी योग्य वेळी योग्य प्रकारची भाजी लागवड करणे महत्त्वाचे असते. बागेतील जमीनच निरामय बनवली तर ही गोष्ट सहज सुलभ होते. यासाठी विविध सेंद्रिय घटक जमिनीला परत मिळाले पाहिजेत; पण त्याचबरोबर भाजीपाला लागवडीत योग्य फेरपालट करत भाजी घेतली गेली पाहिजे. बागेतील कीटक हे हाताने वेचून कमी करता येतात. (चूळ पद्धतीने पण लहान बागेत मावा इ. कमी करता येतो.) शिवाय, पिके ओळीत एका शेजारी एक न लावता एकमेकांत मिसळून लावली तर कीड आली तरी तिचा प्रसार फार होत नाही. (फिरती पाखरे पण किडीचा चांगला बंदोबस्त करतात. कोंबड्या व त्यांची पिलावळ या बाबतीत चांगली मदत करू शकते. आपल्या अनुभवात कोंबड्या बाग विसकटून, पायाने माती फिसकारून बागेची नासाडी करतात, असे मत असते; पण फुकुओकाच्या पद्धतीत रानटी रोपाप्रमाणे भाजीपाला वाढत असल्याने तशी नुकसानी होत नसते.)

तण जमिनीची खरी क्षमता जोखते व वाढवते

आपल्या परसबागेत जेवढ्या जोरात व जोमात तण माजत असेल तेवढ्या जोरात व जोमात त्या ठिकाणी भाजीपाला येतो, असे फुकुओकाचे खास निरीक्षण आहे. हे तण जितक्या विविध प्रकारचे असेल तेवढे अधिक चांगले ठरते. बागेत विविध ऋतूंत विविध तण जोरात वाढत असते. तणाच्या आकारावरून व प्रकारावरून त्या जमिनीतील मातीत सूक्ष्म अन्नघटकांची कमतरता आहे का नाही हे पण ठरवणे सोपे जाते, असा फुकुओकाचा अनुभव आहे.

आपल्या बागेत तण माजणे म्हणजे आपल्या बागेचा सत्यानाश झाला, असे आपण समजतो; पण एकाच प्रकारचे तण न माजता बागेत विविध प्रकारचे तण बेगुमानपणे वाढू लागले याचा अर्थ आपल्या भाजीपाल्यासाठी लागणाऱ्या सूक्ष्म अन्नघटकांची– नत्र, पोटॅश, मॅग्नेशियम, फॉस्फरस इ. प्रमुख अन्नघटकांची जमवाजमव व जुळवाजुळव त्या पडीक जमिनीतील वरच्या थरात झपाट्याने होत आहे, याचे ते लक्षण आहे. निसर्ग आपल्या हाताने जमिनीचे हे फूल व सेंद्रिय अंशाचे घटक त्या जमिनीत कमी पाण्यात प्रतिकूल परिस्थितीत टिकून राहणाऱ्या वनस्पती सृष्टीतर्फे वाढवत असतो. या वनस्पतींची मुळे खोलवर वाढून तेथेच कुजत असल्याने सूक्ष्म अणूजीवांवाटे तेथील जमिनीची अगदी भुसभुशीत वखरण व मशागत वरची माती न हलवता, न फिरवता निसर्गाच्याच हाताने केली जात असते.

चवळी वर्गाची योग्य मदत घ्यावी

जमिनीत फाजील तणवाढीला पायबंद घालण्यासाठी अगर जमिनीत फक्त तण वाढवण्याऐवजी तणांची वाढ एकदम कमी पडत असेल तरी देखील अशा भाजीपाल्याच्या जमिनीत चवळी वर्गातील विविध बियाणे दाट पेरा करून लावण्याने चांगला फायदा मिळवता येतो. अशा लागवड पद्धतीला फुकुओका ‘अर्धरानवट लागवड’ असे म्हणतो.

आपली भाजीपाल्याची गरज भागवण्यासाठी लावणी करताना आधुनिक सुधारित पद्धती वापरण्याचा आपणास मोह होतो; पण अशा पद्धतीत जादा पीक तर मिळतच नाही; पण खुरटे, रोगट व किडी आदींना बळी पडणारे पीक आल्याने भाजीपाला काढण्याचा आपला सारा उत्साह संपून जातो.

फुकुओका आपल्या नैसर्गिक लागवड पद्धतीत भाजीपाला-बी तणामध्येच फेकून देत असतो. तसेच आपल्या संत्राबागांत पण तो याच पद्धतीने भाजीपाला वाढवत असतो. हिवाळ्यातील तण वाळण्याच्या सुमारास व उन्हाळ्यात तण वाढण्यापूर्वी तो उन्हाळी भाजीचे बी फेकून पेरतो, तर उन्हाळ्यातील तण मरण्याच्या

सुमारास हिवाळ्यातील सुरुवातीस हिवाळ्यात उगवणारे बी पेरत असतो. अर्थात फुकुओका राहत असलेल्या जागी उन्हाळ्यात व हिवाळ्यात पुरेसा पाऊस पडत असतो व त्याचा फायदा या भाज्यांच्या वाढीला चांगला मिळत असतो. भारतातील परिस्थितीत यात इष्ट ते बदल कसे करता यावेत हे यथाकाल या लेखमालेत आपण पाहणार आहोत.

पावसाळ्यात तण वाढल्यावर ते वरच्या वर कातरून, त्यात बी फेकून, त्या बियांवर ते कापलेले तण तो पसरून टाकत असतो व वाढणारे हे तण न खुरपता दोनतीनदा परत परत छाटत वाढणाऱ्या भाजीला वाव मिळेल असे पाहिले जाते. अशा रीतीने लावलेला भाजीपाला ठिकठिकाणी आपली वाढ करू लागला की त्या त्या भागातील तणाची वाढ मागास पडत जाते. अशा स्पर्धेत उठणारी भाजी जोमदार व रसरशीतपणे वाढत असते. काही प्रसंगी काही बी टणक आवरण असल्याने उगवण्यास वेळ लागतो. असे बी चांगले भिजवून, मग कोरड्या मातीत घोळून, गोळीबंद करून लावले तर अति उत्तम उगवते. टोमॅटो व वांगी यांची रोपे बाहेर बनवून लावणेच महत्त्वाचे ठरते; पण वाढणारी टोमॅटोची रोपे लोळू दिली तर ती ठिकठिकाणी नवीन मुळ्या फोडत पसरत जातात व ठिकठिकाणी नवी मुळी फुटलेल्या जागी नवीन फांद्यांचीच रोपे बनत जातात व त्यांना पण टोमॅटो येत राहतात.

वाटाणा, मुळा, गाजर, पालक, विविध प्रकारचा घेवडा, विविध पालेभाज्या, कोबी व काकड्या, बटाटे यांसारखी भाजीपाला वर्गातील भाजी या पद्धतीने चांगल्या रीतीने वर्षानुवर्षे घेता येते, असे फुकुओकाने आपल्या या पद्धतीत यशस्वीपणे दाखवून दिले आहे.

रासायनिक पद्धतीविरुद्ध फुकुओका पद्धती

आज रासायनिक खते देऊन व जलशेती (हायड्रोपॉनिक्स) इत्यादी रासायनिक पद्धती वापरून काढलेला भाजीपाला हा अधिक स्वच्छ भाजीपाला अशा चुकीच्या समजुतीने वापरला जातो; पण अशा भाजीपाल्यांना खरी चव नसतेच वा त्या भाज्या खाल्ल्याने पुरेसे नैसर्गिक घटक न मिळाल्याने त्या भाज्यांची खरी रसनिष्पत्ती पण होत नसते. पूर्ण नैसर्गिक वातावरणात वाढवलेल्या भाज्यांचा स्वत:चा असा एक खास स्वाद असतो व त्यांचे अंगभूत गुणधर्म पण भिन्न असतात. याच कारणाने परदेशात आयुर्वेदाच्या नावे औषधी बनविणारी औषधालये ही रासायनिक पद्धतीने वाढवलेल्या औषधी वनस्पतींना गौण दर्जा देत असतात. इतकेच नव्हे, तर ऊस लागवडीच्या चालू रासायनिक खतपद्धतीमुळे या औषधात वापरावयाची गुळी साखरदेखील गौण दर्जाची असते, असे ठामपणे सांगत असतात. आपल्या आहाराचा

चोखंदळपणे विचार करण्याचे व्यापारी संस्कृतीच्या गराड्यात सापडलेल्या परदेशीयांनी आता सोडून दिले आहे. अशा वेळी फुकुओकाने याबाबत एक नवा आवाज आता सात सागरापलीकडील सर्व खंडांमधून पोहोचवला आहे.

फुकुओकाचे 'काही करू नका' तत्त्वज्ञान

फुकुओकाच्या एका काडीची (तृणाची) क्रांती या प्रयोगमालिकेतील प्रयोगांची धावती ओळख यापूर्वीच्या लेखात व चालू लेखात आपण करून घेतली आहे. या पद्धतीचे एक खास वैशिष्ट्य म्हणजे 'सर्व काही निसर्गावरच सोपवा, त्याच्या हातानेच आपणाला हवे ते पिकवून मिळवा. निसर्गाच्या रचनेत ढवळाढवळ करू नका, केली तर अगदीच किमान ढवळाढवळ करा; याखेरीज काहीच करू नका.' 'डू नथिंग मेथड' असे फुकुओका आपल्या प्रयोगाचे विवेचन करताना आपणास दिसतो. फक्त निसर्गाची उपासना करा, सर्व काही छानपणे चालेल, असे तत्त्वज्ञान फुकुओका मांडत असतो. या तत्त्वज्ञानाची अनुभूती त्याने आपल्या भातशेतीत, ओट व बार्लीच्या शेतीत घेतली. संत्रा बागायतीत व भाजीपाला उत्पादनात त्याने तीस वर्षांहून अधिक काळ निसर्गाची, फक्त निसर्गाचीच संगत धरली व जपानसारख्या प्रगत देशात चालू विज्ञानाच्या बळावर उत्पादन करतात त्या उत्पादनाशी स्पर्धा करील असे उत्पादन काढून दाखवले. एवढेच नव्हे, तर औषधे, कीटकनाशके न वापरता याबाबत पण पूर्णपणे निसर्गाशीच हातमिळवणी करीत त्याने हे यश मिळविले. आपल्याकडे एक वेळी 'जपानी भातशेती' म्हणून एक शेतीपद्धत फार गाजावाजा करून राबविली गेली व जनतेने ती न स्वीकारल्याने सरकारी पाठबळ संपताच फक्त अभ्यास-पुस्तकात शिल्लक राहिली. या जपानी भातशेतीच्या चढत्या काळातच फुकुओकाने 'तुझे आहे तुजपाशी' वृत्तीने ही सृष्टी, आपणाला हवे ते, उदंडपणे पुरवील म्हणत या 'विपुलाच सृष्टीची' अंगभूत क्षमता आपल्या प्रश्नांच्या सोडवणुकीसाठी वापरण्याचा निर्णय घेतला व या विपुला सृष्टीवरच जास्तीत जास्त भार टाकून जपानमध्ये, जपानी पद्धतीने भातशेती न करता विक्रमी पीक घेऊन दाखविले, संत्री पण घेऊन दाखविली व रोजच्या वापरासाठी भरपूर भाजीपाला पण संपादन केला.

फुकुओकाच्या शब्दांत चालू यांत्रिकी व रासायनिक शेतीमुळे मानवाला निसर्गापासून सतत दूर दूर नेले जात आहे. यामुळे आपल्या नित्य जीवनाशी प्रत्यक्ष संबंध असलेली शेती आता नष्ट झालेली आहे व बाजाराच्या मागे लागलेली कृषी, आज मानवी समाज परिपुष्ट बनविण्याऐवजी सबसिडी, बांधील दर, एकाधिकार खरेदी अशी दुसऱ्याच्या जिवावर जगणारी परान्नपुष्ट व प्रदूषणकारी बनत चालली आहे. आपल्या अन्न, वस्त्र, निवारा, जळण, पाणीपुरवठा, जनावरांचा चारा, दूधदुभते,

अंडी, मांस, यांसारख्य सर्व गरजा एकेकाळी परिसराच्या परिसरातच बहुतांशी भागात असत. अद्यापिही आपल्या जमिनीच्या लहान तुकड्यांची पुन्हा निसर्गाच्या हाताने व निसर्गावरच परिपूर्ण अवलंबून आपण नववैज्ञानिक प्रयोगांनी मशागत व लागवड केली तर अशी कृषी आपल्या जीवनसमृद्धीची खरी मापे हस्तगत करील; कारण खऱ्या समृद्धीत आपल्या नित्य भौतिक गरजांची कोणतीही रखरख न उरता मन तृप्त होईल अशी परिपूर्ती होत असते. या उलट फक्त काही पैशामागे लागलेली चालू कृषि-संस्कृती ही श्रीमंतीचे व वैभवाचे मोहजाल पसरवत असते. या चालू कृषि क्रांतीने आपणाला आपल्या परिसरापासून तोडले असून, आपणाला आपल्या कोणत्याच गरजा बाजाराशिवाय व बाजारातील रांगेत उभे राहून रेशनवर मिळालेल्या मापातदेखील पुरविल्या जाणार नाहीत, अशा दारिद्र्याच्या गर्तेत लोटलेले आहे.

फुकुओकाच्या प्रयोगातील सर्वच तत्त्वज्ञान आपण या लेखाच्या संदर्भात समजून घेण्याची गरज नाही; पण आपल्या घरापुरते लागणारे हरप्रकारचे कृषी उत्पादन आपण आपल्या स्थानिक परिसरात व नैसर्गिक परिस्थितीतच घेऊ शकलो पाहिजे, हा नवा विचार यातून आपण आत्मसात केला पाहिजे. गृहशेती (होम फार्मिंग) व त्याला जोड म्हणून थोडी बाजारूवृत्ती (मार्केट गार्डनिंग) अशी एक नवी कार्यव्यवस्था आपण या लेखमालेतील विचारधारांना धरून प्रयोग करीत कमी खर्चात खचित प्रकटपणे उभी करू शकू.

रासायनिक खतांचे तोटे

सुधारित शेतीच्या नावाखाली रासायनिक खते, कीटकनाशकांचा वापर वाढवीत गेलेले हुशंगाबादमधील रसुलियाचे आगरवाल पुन्हा परंपरागत सेंद्रिय खतांच्या आणि बियाण्यांच्या शेतीवर का आले? त्यांच्याच शब्दांत वाचा.

♣

रसुलियाचे प्रयोगाचे इतिवृत्त

मध्यप्रदेशातील होशंगाबाद येथील रसुलिया केंद्राने प्रसिद्ध केलेल्या 'एका गवताच्या पात्याची क्रांती' या पुस्तकातील तपशील यापूर्वीच्या दोन लेखांकांतून आपण धावता समजून घेतला आहे. खुद्द रसुलियाला अशाच प्रकारचे चालू चौकटीबाहेरचे प्रयोग चालले आहेत. जमिनीची मशागत न करता, बाहेरची खते व जंतुनाशके वा कीटकनाशके न वापरता भारतात पण फुकुओकासारखेच प्रयोग करून पाहणारे काही प्रयोग गट आहेत. रसुलिया येथील प्रयोग डॉक्टर प्रताप आगरवाल यांनी यशस्वी केला होता. रसुलिया येथे 'फ्रेंड्स रुरल सेंटर' (सहसाथीचे ग्रामीण प्रयोग केंद्र) आहे. या केंद्राने केलेल्या या प्रयोगाचे प्रश्नोत्तररूपी पुढील इतिवृत्त 'ग्रामविचार' या जून, १९८५ च्या पुस्तिकेत आलेले आहे. फुकुओकाने दिलेल्या परिस्थितीत त्याच पद्धतीने शेती करीत गेल्यावर तंतोतंत त्याच्यासारखेच प्रत्यय भारतात पण मिळविता येतात, असे यावरून दिसून आले. फुकुओकाची कृषी-पद्धत ही फक्त 'सेंद्रिय कृषी पद्धत नाही' तर ती 'ऋषींची कृषी पद्धत' ऋषी-कृषी-पद्धत आहे. आधुनिक विज्ञानाच्या बळावर या प्रयोगाचे विवरण व मर्मग्रहण आज आपण करू शकतो. तूर्त, या व यापुढच्या लेखांक १२मध्ये आपण या इतिवृत्ताचा परिचय करून घेणार आहोत.

पाच वर्षांच्या प्रयोगातील यश

रसुलियाच्या प्रयोगात प्रयोग करताना संकरित भाताचे बेणे न वापरता भारतातील पारंपरिक भाताच्या वाणांचाच वापर केला गेला. त्याबरोबरच भात लागवडीत फक्त सेंद्रिय खतांचाच वापर केला गेला. कोणत्याही रासायनिक खतांचा वापर केला गेला नाही. या पलीकडे सर्वांत महत्त्वाची गोष्ट म्हणजे त्यांनी शेते पण नांगरली नाहीत. जमिनीत पाणी भरून, जमिनीतील चिखल तुडवून, त्या जमिनीतील अगोदरच्या तणांचे आच्छादन कुजवून घेतले. तसेच त्याचा मल्यवजा उपयोग पण केला. त्यात नंतर भाताचे बी फेकून पेरले. कोणत्याही प्रकारचे रासायनिक औषध (जंतुनाशके, कीटकनाशके) वापरण्याचे कटाक्षाने टाळले.

या प्रयोगात डॉ. प्रताप आगरवालबरोबर श्री. कृष्णकुमार व श्री. बलराम हे दोन अनुभवी कृषि-सहायक होते. या प्रयोगात दर एकरी भाताचे उत्पादन १९ क्विंटलवर तर गेलेच; पण त्याबरोबरच शेतांची सुपीकता वाढली व त्या जमिनीची पाणी योग्य रीतीने धरून ठेवण्याची शक्ती पण वाढली. आता त्या शेतात वाढत्या प्रमाणावर गांडुळे वाढलेली असून, त्यामुळे शेताचा कस सतत वाढताच राखला गेला आहे. रासायनिक खतांचा वापर बंद होताच गांडुळांची पैदास आपोआप वाढत गेली. या प्रयोगामागचे पुढील संभाषणात आलेले टप्पे प्रत्येक प्रयोगशील कृषिवीराने सर्वांगाने विचार करून समजून घेण्यासारखे आहेत.

श्री. आगरवालांचे वडील हे रसुलियात मोठे शेतकरी म्हणून ओळखले जात. त्यांची १५ एकर शेती होती. त्यांना पाच मुलगे होते. १५ एकर जिरायत शेती असूनही त्यात सर्व कुटुंबाचे सर्व काही टुकीने चालू होते. घरच्या सर्व गरजा (जळण, अन्न, दूध इ.) भागून वरखर्चाला पण रक्कम मिळत होती.

हळूहळू आगरवालांच्या भावंडांनी शेतीत लक्ष घालण्यास सुरुवात करताच संपूर्ण शेती वडिलांनी त्यांच्यावरच सोपविली. त्या वेळी सर्व जमीन वडिलांच्या नावाने होती. ग्रामसेवकांनी 'भावंडांना वाटून द्या व अल्पभूधारकांचे फायदे घ्या' हा मंत्र दिला. यामुळे त्यांना कर्ज, सबसिडी यांसारखे फायदे घेणे सोपे होईल असे सांगण्यात आले. त्याच वेळी शासकीय कर्मचारी व विक्रेते यांनी रासायनिक खताबाबत पण खेड्यात प्रसार सुरू केला. आगरवालचे वडील या सर्वांविरुद्ध होते; पण शेवटी सर्व भावंडांच्या आग्रहाने त्यांनी वाटणी करून दिली. जनावरे आपल्याकडे राखली व सर्वांनी एकत्र असल्यासारखे (वाटणी करून देखील) राहावयाचे ठरले.

पण, स्वतंत्र घरे होताच खर्च वाढले. स्वतंत्र घरमांडणी आली. त्यासाठी कर्जे मिळाली; पण कर्ज फेडण्यास जादा उत्पन्न हवे म्हणून रासायनिक शेतीकडे आगरवाल कुटुंब वळले.

रासायनिक भातशेतीकडून सेंद्रिय भातशेतीकडे

प्रश्न :– आगरवाल, आपण एकदा रासायनिक खते, औषधे वापरण्याच्या भातशेतीवर फार विश्वास ठेवत होता; पण मग सरतेशेवटी सेंद्रिय भातशेतीकडे कसे आलात?

उत्तर :– एक-दोन कारणांऐवजी क्रमाने अनेक कारणे एकत्र येत गेल्यामुळे मी सरतेशेवटी रासायनिक भातशेतीपासून दूर सरकत गेलो. थोडक्यात, फोड करून स्पष्टीकरण द्यावयाचे तर असे म्हणता येईल की, आर्थिकदृष्ट्या एकूण विचार करता मला रासायनिक कृषि-पद्धती सोडून देऊन सेंद्रिय कृषि-पद्धत स्वीकारणे फायद्याचे दिसून आले.

सुरुवातीला मी रासायनिक खते वापरण्यास सुरुवात केली तेव्हा माझ्या पिकात एकदम वाढ झाली; पण हळूहळू ही वाढ घसरत घसरत गेली. सरतेशेवटी तर अगदीच किरकोळ (सीमांत) वाढीव उत्पादन मिळू लागले; मात्र त्याच वेळी पूर्वी वापरत होतो त्या खताच्या दुपटी-तिपटीने खते वापरावी लागू लागली. औषधावरील खर्च तर मूळ खर्चाच्या पाचपटीत गेला. त्यातच बियाणे, खते, औषधे या सर्वांच्याच किमती सतत वाढत राहिल्या; उलट मी घेत असलेल्या पिकाच्या उत्पादनाच्या किमती मात्र घसरत गेल्या. मग या शेती-पद्धतीत काही अर्थच उरला नाही; मग आम्ही आमच्या पूर्वीच्या जुन्या सेंद्रिय भात लागवड पद्धतीकडे वळलो.

प्रश्न :– तुम्ही जुनी भातशेती सेंद्रिय पद्धतीने करीत होता, मग सुरुवातीस तुम्ही रासायनिक शेती पद्धतीकडे वळलाच कसे?

उत्तर :– याबाबतची हकिकत फार मोठी आहे. माझ्या वडिलांची पंधरा एकर शेती होती. यातील बहुतेक शेती फक्त पावसाच्या पाण्यावरची होती व त्यात आम्ही प्रामुख्याने भात घेत होतो. याशिवाय आमच्या शेतीवर काही जनावरे पण होती. आम्ही एकूण पाच भाऊ व त्यांची कुटुंबे या शेतीवर एकत्रित काम करीत होतो. या शेतीतून आम्हाला आमच्या गरजेपुरते पिकत होते व थोडे जादा पीक येई ते आम्ही बाजारात विकत असू. माझे वडील असताना यात आमचे ठीक चाले व कर्ज वगैरे काही नव्हते; पण वडिलांनंतर या शेतीतून वरखर्चासाठी जादा निघेनासे झाले

व आम्हाला सावकार व बँकांची बाकी भरता येईना. मग आम्हाला यावर 'रासायनिक पद्धतीची शेती' हेच एक उत्तर आहे असे वाटले.

प्रश्न :– तुम्ही वर असे सांगितले की, रासायनिक खतांनी तुमचा खर्च दोन-तीन पटीवर गेला व तुम्ही त्यापुढे असेही सांगितले की, तुमचे उत्पादन मात्र हा वरखर्च भागविण्याइतके कट्टाकट्टी वाढले. असे का झाले?

उत्तर :– हे खरे आहे की, मी सुरुवात केली तेव्हा मला बरेच चांगले जादा उत्पादन मिळाले; पण मग माझ्या लक्षात आले की, असे उत्पादन मिळवण्यासाठी मला जादा पाणी वापरावे लागले. सुदैवाने, शेजाऱ्याकडे विहीर होती व त्याने मला ते पाणी विकत घेऊन वापरण्याची परवानगी दिली. यामुळे मी पहिल्या दोन वर्षांत सावकार व बँका यांची देणी परत करू शकलो. त्याशिवाय माझ्याकडे थोडी जादा शिल्लक पण उरली.

पण, लवकरच माझ्या लक्षात आले की, शिल्लक म्हणून हातात आलेली रक्कम मला परत गुंतवावी लागत होती. बँका पण सुरुवातीस कर्ज देण्यास टाळाटाळ करीत. नंतर कर्जे उपलब्ध केली; पण मग बँकांच्या कर्जावरील व्याजात, तसेच खत-औषधांच्या तरतुदी यांतच ही शिल्लक संपून जाई. शिवाय यांचे दर प्रमाणित शासकीय दरापेक्षा सतत जास्तच असत व बँकांच्या कर्जासाठी थांबणे म्हणजे खते-औषधे नावे लागणारी रक्कम कधीच वेळेवर हातात नसे. औषधांच्या तरतुदीकरीताच हे खास करून दिसून येई. अशा रीतीने जास्तीत जास्त पीक घेता घेता ते वाढलेले पीक हे वाढते खर्च भागवण्यास पुरेनासे झाले. मग मी परत जुन्या पद्धतीकडे वळलो.

प्रश्न :– आपण प्रमुख रासायनिक खतांचे जे डोस देत होता, त्यामुळे तुमच्या शेतीचा कस वाढला असेल व त्यामुळे एखाद्या वर्षी जरा कमी वापरले असते तरी फारसे काही बिघडणार नव्हते, नाही का?

उत्तर :– होय. मला सुरुवातीला अगदी असेच वाटत होते व मला याबाबत असेच सांगितले पण होते; पण ही चूक होती. अगदी निखालस चूक होती; कारण तसे असते तर आम्हाला खते व औषधे यांचा वापर इतक्या झपाट्याने सतत वाढवत न्यावा लागला नसता. रोग व कीड यांचा अभाव हे शेतजमिनीच्या आरोग्याची व सुपीकतेची अगदी ठळक खूण असते. मी रासायनिक खतांचा वापर सुरू करताच मला असे दिसून आले की, जमिनीतील गांडुळांची संख्या झपाट्याने कमी होत आहे व लवकरच जमिनीतील गांडुळे जवळजवळ नष्टच झाली. असाच वाईट परिणाम जमिनीतील सूक्ष्म अणुजीवांच्यावर पण झाला. त्यानंतर रोपांच्या मुळांचा अभ्यास करताना माझ्या असे लक्षात आले की, मुळ्या वरच्या वरच पसरत

होत्या व अन्नघटक व पाणी यासाठी त्या जमिनीत खोलवर जात नव्हत्या. या कारणाने पिके न लोळता शेतात उभी राहू शकत नव्हती. तसेच त्यांना खते व पाणी यांचा थोडाही ताण सहन होईनासा झाला होता. या संकरित भाताच्या वाणांचे पीक रोग व हवामानातील बदलाला लवकर बळी पडण्यास हा असमतोलच कारणीभूत असावा असे मला दिसून आले. रासायनिक खताचे मोठे डोस दिल्यामुळे जमिनीतील तणाची वाढ होण्यास पण अनुकूल परिस्थिती मिळाली व तण हटवण्यासाठी मजुरांची श्रमशक्ती खर्ची पडू लागली. यावर उपाय म्हणून मी तणनाशके वापरण्यास सुरुवात केली; पण त्यांचा देखील मर्यादित उपयोग झाला. नवीन प्रकारचे तण जुन्या तणांच्या जागी वाढले व ते तण हटविणे अवघड होत गेले.

प्रश्न : ठीक आहे. काही नवे प्रश्न निर्माण झाले, या तुमच्या विधानाशी मी सहमत आहे; पण या सर्वांचा तुमच्या शेतीवर काय परिणाम झाला?

उत्तर :- जमिनीची परिस्थिती बिघडत गेली. पुरेशा सेंद्रिय घटकांच्या अभावामुळे जमीन अधिकाधिक बारीक कणात विघटन पावली. या कणरूप जमिनीत हवेची व पाण्याची मोकळेपणाने हालचाल होत नाही व जमिनीला हवा व पाणी पिकांना योग्य अशा रीतीने धरून ठेवता येत नाही.

या कारणाने जादा पाणी द्यावे लागे. ते जमिनीवरच राही व जादा बाष्पीभवन होई. यामुळे जमिनीच्या वरच्या थरात जादा क्षार गोळा होत.

याबरोबरच माझ्या लक्षात आणखी एक गोष्ट आली. मी जमिनीत फक्त प्रमुख अन्नघटक (एन.पी.के.) पुरवीत होतो. मी याबाबत तज्ज्ञांशी चर्चा केली. या अन्नघटकाबरोबर सूक्ष्म घटक पण त्या प्रमाणात वाढविले पाहिजेत, असे मला वाटते; पण त्यांनी सूक्ष्मद्रव्ये अगदीच अल्प प्रमाणात दिली पाहिजेत हे मान्य केले; पण सूक्ष्म घटक त्या अल्प मात्रेपेक्षा जरा जादा झाले तर ते रोपांना मारक ठरणार हेही स्पष्ट केले. त्यांनी त्याऐवजी थोडे शेणखत देण्यास सांगितले; पण त्याचा काहीच फायदा झाला नाही. सर्व पिकाला रासायनिक खताचीच सवय झाली होती.

प्रश्न :- तुम्ही असे सांगितले की रोग व कीटकनाशकांचा वापर तुम्हाला पाचपटीइतका वाढवावा लागला, यावर आपण अधिक प्रकाश टाकू शकाल काय?

उत्तर :- याचे पहिले कारण आम्ही रासायनिक शेतीबरोबर ज्या जाती वाढविल्या त्या आमच्या परिसराला परक्या होत्या. त्यामुळे पूर्वीच्या स्थानिक जातीप्रमाणे त्या रोगांना व कीटकांना तोंड देऊ शकत नव्हत्या. ज्या ज्या वेळी आपण कीटकनाशके वापरतो तेव्हा कीटकांबरोबर त्यांचे शत्रूपण मारले जातात. मधमाश्यांसारखी जीवसृष्टी पण शेतातून अदृश्य झाली. विविध पक्षी, कोळी, बेडूक (कीटक खाणारे) येण्याचे प्रमाण पण घटले. पूर्वी या सर्वांचा एकत्र परिणाम होऊन कीड आपोआपच

आटोक्यात येत असे; पण रोग व कीटकनाशकाच्या वापरानंतर ही गोष्ट बदलली. मुख्य कीटक मेले; पण त्यानंतर दुय्यम किडी वाढल्या अगर मूळचेच कीटक प्रतिकारक्षम बनले व ते पूर्वीपेक्षा त्रासदायक ठरले. दरवेळी यासाठी जास्तीत जास्त औषध मारले गेले; पण परिणाम मात्र मिळेनासा झाला. रोगाबाबत पण अशीच स्थिती दिसली.

प्रश्न :– तुम्ही पाणीवापर वाढला असे म्हटले; पण हे असे का व्हावे याचे आपण स्पष्टीकरण देऊ शकाल काय?

उत्तर :– पूर्वी म्हटल्याप्रमाणे रोपाच्या मुळ्या खते दिलेल्या जागेत वरच्यावरच राहिल्या. दानवी (गांडुळे) नष्ट होत गेली व जमिनीतील मूळची पोकळी निर्माण करणारी व्यवस्था मोडली. तसेच, जमिनीतील सेंद्रिय अंग नष्ट होऊन मूळचा पोत नष्ट झाला व जमीन कणरूप व गच्च होत गेली व दिलेले पाणी खोलवर जात नसल्याने वरवर राहून बाष्पीभवनात नष्ट झाले व जादा बी लागले.

प्रश्न : रासायनिक लागवडीत आपण कोणत्या वाणांचा वापर केला? ते वाण जादा पीक देणारे होते ना? मग असे असताना अनेक प्रश्न कसे निर्माण झाले?

उत्तर : असं पाहा, ते वाण हे जादा पीक देणारे वाण असे मानले जाते; पण त्यांना अगदी नेमक्या वेळी व नेमक्या प्रमाणात विविध घटक दिल्याशिवाय त्याच्यापासून जादा उत्पादन मिळत नाही. यातच पाणी, खते यांसारख्या गोष्टींचा पण समावेश होतो. उदाहरणार्थ, एक वर्षी माझ्या शेजाऱ्यांचा पंप १०-१५ दिवस नादुरुस्त होता तर मला त्या वर्षी १५-२० टक्के कमी उत्पादन मिळाले. थोडक्यात, या उत्पादनातील प्रत्येक घटक (बियाणे इ.सह) वेळीच एकत्र आणता आल्यास हे फायदे मिळतात; पण याबाबत बाहेरच्या यंत्रणांवर आम्हाला अवलंबून राहावे लागते. पूर्वी आमचे वर्षाचे बी आमच्याजवळ असे. आता दरवर्षी बाजारात जाऊन मिळेल ते बियाणे आणावे लागते. सर्टिफाइड बियांची रुजवणी पण आता पेरणीची पुरी गरज भागवील अशी नसते. सुरुवातीस आय.आर. आठ जात वापरली; पण शेवटी ती किडीच्या तडाख्यात नष्ट झाली. नंतर आय.आर. बावीस जात वापरली. तिची पण तीच गत झाली व मग मी परत जुन्या सेंद्रिय लागवड पद्धतीकडे वळलो.

प्रश्न : तुम्ही बारकाईने निरीक्षण ठेवणारे व चिकित्सक शेतकरी दिसता, तर आत्तापर्यंत तुम्ही जे काही म्हटले त्याखेरीज या रासायनिक खत पद्धतीबाबत आपले काही इतर निरीक्षण असल्यास त्याबाबत सांगावे.

उत्तर : आपण म्हणता याबाबत आभारी आहे; पण मी माझ्या निरीक्षण कौशल्याबाबत वडिलांना श्रेय देतो. त्यांच्या चिकित्सक बुद्धीनेच मला माझ्या नव्या

सेंद्रिय शेती लागवडीत फार मदत झाली आहे. आपण विचारता तसे आणखी एक निरीक्षण आहे. ते मी अद्याप मांडलेले नाही व ते आपल्या नित्याच्या आरोग्याशी संबंधित आहे. जेव्हा रासायनिक खते देऊन उत्पादन केलेले भात आम्ही खाऊ लागलो तेव्हा आम्हाला भूक भागण्यासाठी जादा भात खावा लागू लागला. त्यानंतर आमच्या असेही लक्षात आले की, पूर्वी खात असलेला भात हा अधिक पौष्टिक व संतुलित होता. हा नवा भात खाऊ लागल्यावर आम्हाला अनेक किरकोळ दुखणी चिकटली व त्याबाबतची कारणे कोणती याचे प्रथम स्पष्टीकरण मिळेना. आमच्या जनावरांना पण जुन्या स्थानिक भाताच्या पेंढ्यांप्रमाणे या नव्या भाताचा पेंढा चवीने खावा असे वाटत नव्हते. आता परत जुन्या सेंद्रिय शेतीकडे व स्थानिक वाणांच्या लागवडीकडे वळल्यावर ही सर्व दुखणी आपोआप नाहीशी झाली आहेत. कदाचित आम्ही वापरत असलेल्या सर्व विषारी औषधांचा परिणाम अन्नावाटे आम्हाला सोसावा लागत असेल. याबाबत आम्ही तज्ज्ञांशी चर्चा केली व त्यांनी या गोष्टींना दुजोरा दिला; पण त्याचा आमच्या आरोग्यावर परिणाम झाला असेल असे त्यांना वाटत नव्हते. मला यातील तपशील सांगता येणार नाही; पण ही वस्तुस्थिती आहे व पुन्हा आमच्या जुन्या पद्धतीकडे व भाताच्या वाणाकडे वळेपर्यंत आमची प्रकृती काही पूर्वीसारखी ठणठणीत झाली नाही.

प्रश्न : आगरवाल, तुम्ही रासायनिक खत व संकरित बियाणे लावणीच्या प्रयोगाकडून परत जुन्या भात लागवड पद्धतीकडे वळलात; पण असं सांगा की, तुम्ही पूर्वी कोणत्या भाताचे वाण लावीत होता?

उत्तर : माझे वडील अनेक प्रकारचे वाण एकाच वेळी लावत असत व हीच गोष्ट तेव्हा संपूर्ण खेड्यातील भात लागवडीबाबत खरी होती. हायब्रिड जाती येण्यापूर्वी आम्ही ६० ते ७० दिवसांत तयार होणाऱ्या 'सिकीया' व 'रामका रोनी' या जाती लावीत असू. जादा उत्पादनासाठी आम्ही 'गुडुर सेला', 'बादल फूल' व 'निरगुनी', 'बाइकोनी' या जाती लावत असू. बायकांसाठी खास करून आम्ही 'महाराजी' व 'लैचया' जाती लावत असू. त्याचप्रमाणे औषधी गुणधर्म असणारी 'गायुवा लोहबझार' या जाती पण आम्ही लावत असू.

प्रश्न : आपण रासायनिक खते वापरून करावयाची शेती सोडून परत सेंद्रिय खत पद्धतीकडे वळताना काही अडचणी आल्या काय?

उत्तर : सर्वांत महत्त्वाची अडचण म्हणजे अशी पावले उचलणे शक्य आहे असे मानण्यास कोणीच तयार नव्हते. फक्त माझ्या वडिलांचा मात्र यावर विश्वास होता. माझ्या भावांसकट सर्व गावाने व सरकारी अधिकाऱ्यांनी अशी पावले मी

उचलू नयेत म्हणून इशारा दिला. पुन्हा जुन्या पद्धतीने शेतीकडे वळलो तर मी आर्थिकदृष्ट्या बरबाद होईन, असे चित्र त्या सर्वांच्या नजरेसमोर तरळू लागले; पण याबाबतचा माझा फार वेगळाच हिशोब होता.

ज्या क्षणी मी कोणतीही औषधे व रासायनिक खतांचा वापर करावयाचे नाही अशा निश्चय केला तेव्हा या दोन्हींवर खर्ची पडणारी रक्कम वाचली हीच मोठी बचत होती. सर्वांत अवघड गोष्ट जुन्या भाताच्या जाती लावणीसाठी परत मिळविणे ही होती. दहा वर्षांच्या कालावधीत या सर्व जाती जवळजवळ नाहीशा झाल्या होत्या. अगदी मुश्किलीने मला काही जुन्या जाती लावणीसाठी मिळविता आल्या. सुदैवाने माझ्या वडिलांकडे अद्याप जनावरे होती, म्हणून सेंद्रिय खताबाबत मी सुदैवी ठरलो. याशिवाय टाकाऊ म्हणून पडलेला बराच पानांचा गळाठा इत्यादी पण मिळण्यासारखा होता; कारण इतर शेतकरी हे रासायनिक शेतीकडे वळले असल्याने त्यांना त्याचे महत्त्व नव्हते.

प्रश्न : तुमच्या शेजाऱ्यांनी व इतरांनी इशारा दिला होता त्याप्रमाणे तुम्हाला तुमच्या उत्पादनात काही घट दिसली काय?

उत्तर : काही प्रमाणात पहिल्या दोन वर्षांत मला घट आली. याचे कारण तोपर्यंत जमिनीला स्वत:चे पोषक घटक व स्वत:चे आरोग्य टिकविण्याची गेलेली क्षमता परत आलेली नव्हती. एकदा जमिनीतील सेंद्रिय घटक परत वाढू लागल्यावर व दानवी (गांडुळे) आणि इतर उपकारक अणुजीव जमिनीत वाढू लागल्यावर जमिनीकडून तिची पिकावाटे होणारी झीज भरून निघू लागली. त्यानंतर त्या जमिनीत वाढलेली पिके रसरशीतपणे पुऱ्या जोमात वाढू लागली व त्यांची उत्पादनक्षमता त्या प्रमाणात वाढत गेली.

पण, पिकातील वाढ हा एक संपूर्णत: ठरावीक तऱ्हेचा प्रश्न होतो; कारण माझी खरी बचत कोणतीच खते विकत घ्यावी लागत नव्हती ही होती. तसेच माझ्याच शेतातील उत्तम बियाणे पुढील पेरणीसाठी मला राखता येऊ लागले. त्यामुळे याबाबतचे माझे परावलंबित्व पण नष्ट झाले.

प्रश्न : तुमच्या पूर्वीच्या उत्पादनाशी तुलना करता या पद्धतीतील उत्पादन कसे होते?

उत्तर : आय आर ८ व आय आर २२ या संकरित वाणांमुळे मला पीक-पाण्याच्या चांगल्या वर्षी एकरी १२ ते १५ क्विंटल उत्पादन मिळत होते; पण कृषितज्ज्ञांनी ग्वाही दिल्याप्रमाणे या जातींपासून कधीही एकरी २० क्विंटल उत्पादन मिळाले नाही. फक्त एकदाच मला एका वर्षी हे उत्पादन १६ क्विंटल मिळाले;

पण काही वर्षे पीक-पाण्याच्या दृष्टीने वाईट गेली, तेव्हा ते पीक एकरी पाच ते सात क्विंटलच आले.

सेंद्रिय खते वापरून शेती सुरू केल्यावर पहिल्या वर्षीच मला एकरी दहा क्विंटल भात मिळाले. दुसऱ्या वर्षीच ते एकरी १२ क्विंटलच्या जवळपास आले व आता प्रयोग सुरू करून पाचवे वर्ष चालू आहे व आता आम्ही एकरी जवळजवळ २० क्विंटल उत्पादन घेत आहोत. सगळ्यात गमतीची गोष्ट म्हणजे अगदी पहिल्या वर्षी जेव्हा सर्वच परिस्थिती वाईटात वाईट होती तेव्हा भाताच्या पिकावर विविध रोगांचा हल्ला झाला होता व तरीसुद्धा त्यावर्षी पण पीक एकरी दहा क्विंटल खाली गेले नाही. (शिवाय खता-औषधांचा सर्व खर्च पूर्णपणे वाचला होता.)

आता पिकाला रोगांचा व किडींचा फारच थोडा त्रास होतो; शिवाय पीक आता अधिकच निरोगी दिसते व निसर्गातील अनेक आकस्मिक बदलांमध्ये पीक चांगल्या रीतीने टिकाव धरू लागले आहे. पाणीवापराचे प्रमाण पण कमी होत आले आहे. खरे पाहता गतवर्षी मला माझ्या शेजाऱ्यांकडून पाणी घ्यावे लागले नाही.

प्रश्न : ही सर्वच माहिती मोठी रोचक व मनोवेधक अशी आहे. असे उत्पादन मिळविण्यास तुम्ही जी पद्धती वापरली त्याचा आपण कृपया थोडक्यात सारांश सांगता काय?

उत्तर : सुरुवातीला जमिनीला नीट पाणी दिले व नंतर त्या जमिनीला भरपूर सेंद्रिय खत दिले; पण ते खत मिसळण्यासाठी फारच किरकोळ मशागत केली. बी चांगले उगवावे म्हणून ते गाईच्या मुतात चांगले भिजवले. नंतर ते बी सर्व शेतात फेकून पेरले. पाण्याच्या प्रवाहाला धरून ते बी ठिकठिकाणी गोळा होत गेले. यामुळे रोपे ठिकठिकाणी गोळा होत गेली. यामुळे रोपे ठिकठिकाणी पुंजक्यात उगवली व ती रोपे काढून त्यांची फेरलावणी केली गेली; पण त्यास मजुरीवर पहिल्या वर्षी फार खर्च झाला; म्हणून दुसऱ्या वर्षी असा प्रसंग येऊन जादा मजुरी द्यावी लागू नये म्हणून मी भाताचा पेंढा व त्याने यांचे बारीक तुकडे करून ते खतावर व पेरलेल्या बियांवर पसरून टाकले. पुढे पक्ष्यांनी बिया वेचू नयेत म्हणून बियांवर चिखलाचे आवरण देऊन ते बी मी पेरले व त्यावर परत गवत व पाला यांचे बारीक तुकडे करून पसरून टाकले. पहिली तीन वर्षे शेतात चिखल करावा लागे; पण नंतर ती पण गरज राहिली नाही.

प्रश्न : स्थानिक जुने वाण लावण्यासाठी त्याचे बियाणे मिळविण्यास तुम्ही काय केले? कारण असे बियाणे मिळणे फार अवघड होते असे आपण सांगितले होते.

उत्तर : हा प्रश्न अगदी नेमक्या रीतीने तुम्ही उपस्थित केला आहे. स्थानिक वाणाचे पुरेसे बी मिळविणे हे आता अगदी अशक्यप्राय झाले आहे; कारण संकरित वाणाने स्थानिक वाणांची जागा घ्यावी याची अगदी पद्धतशीरपणे कार्यवाही केली गेलेली आहे; पण मी माझे हवे असलेले बियाणे काही थोड्या उपलब्ध बियाणांपासून पुढीलप्रमाणे वाढवले. या पद्धतीला तुम्ही कोणत्या प्रकारचे तंत्र म्हणून संबोधता, ते मला माहीत नाही. अगदी सुरुवातीला मी मिळालेले बी जानेवारी महिन्यात पेरले. एक महिन्याने रोपे तयार झाल्यावर मी सर्व रोपे उचलली. नंतर त्या रोपांना आलेले सर्व फुटवे निराळे केले. फुटवे निराळे करताना प्रत्येक फुटव्याला एक तरी मूळ राहील असे पाहिले. नंतर या फुटव्यांचा वरचा अर्धा भाग मी कापला व ते फुटवे लावले. प्रत्येक वेळी या लावलेल्या फुटव्यांना परत फुटवे आले. मी ही पद्धत वापरत रोपांची संख्या वाढवीत नेली. माझ्या जमिनीला पुरेसे बी तयार व्हावे म्हणून जेवढी लावण जरूर होती तेवढी लावण मी सुरुवातीस याप्रमाणे वाढविली. फुटवे काढल्यावर त्याचा वरचा अर्धा भाग छाटण्याचे मला एका व्यक्तीने सुचविले होते. तिच्या म्हणण्याप्रमाणे अशा रीतीने छाटून लावल्याने सर्व रोपे जोमात व एकसारखी वाढली.

प्रश्न : पुरेसे बियाणे उपलब्ध करण्याची ही रीत खरोखरीच अचंबा करण्यासाठी आहे; पण तुमच्या पिकावर रोग व किडींचा हल्ला झाला असेल. आता तुम्ही रासायनिक औषधांच्या वापराविरुद्ध असल्याने तुम्ही किडींचे नियंत्रण कसे केले हे समजून घेणे उद्‌बोधक ठरेल. याबाबत आपण कृपया तपशिलाने सांगाल काय?

उत्तर : मी वर मघाशी सांगितलेच आहे की, पहिल्या वर्षी किडीचा अगदी जोरदार हल्ला होऊनही मला एकरी दहा क्विंटल भात मिळाले. माझ्या वडिलांच्या व माझ्या मनात प्राधान्येकरून सतत एक गोष्ट असे की, कीड कमकुवत रोपांना तेवढी खाईल; जोमदार रोपांना कीड फार नुकसानी पोहोचवू शकणार नाही. निसर्गाच्या अज्ञात हातांनी बहुतेक सर्व स्थानिक वाण हे किडीला बळी न पडणारे बनविले होते. तरीपण मी काही प्रमाणात निंबोळीची पेंड वापरली. तसेच कडुनिंबाची पाने पण वापरली. शिवाय पिकाबरोबर मेथीपण लावली. त्यामुळे काही किडींचे नियंत्रण झाले. नवल करण्याची आणखी एक कथा अशी की, पिकावर जेव्हा मुंग्यांचा जोरदार हल्ला झाला तेव्हा मी साबण, मिरचीपूड व पाणी यांचे मिश्रण मारले. मुंग्या कमी झाल्या. मुंग्यांना आपल्याप्रमाणेच साबण व मिरचीपूड त्रास देत असावी हे मला माहीत नव्हते. पक्ष्यांनी पण कीड मारण्यास मदत केली.

प्रश्न : तणाबाबत आपण काय धोरण ठेवले?

उत्तर : व्यक्तिश: मी तणाबाबत फार काळजी केली नाही; कारण तणापासून होणारे नुकसान फारसे नव्हते. मी जेव्हा रासायनिक खते वापरीत होतो तेव्हा मला असे दिसून आले की, पिकाबरोबरच तणदेखील जोमात वर येते. जणू काही मी खत तणालाच दिले आहे अशी तणांची वाढ होई; पण आता मी सेंद्रिय खताकडे वळल्यावर सर्व बाबी बदललेल्या दिसल्या.

कदाचित हा बदल माझ्या मशागतीच्या पद्धतीने असेल. बी पेरण्यापूर्वी जमिनीत चिखल बनला असताना व चिखल तुडविला असताना त्यात सर्व तण मरून जाई व त्यामुळे कदाचित जमिनीतील खताचे अंश वाढत पण असावेत. तसेच शेतात तण वाढू नये म्हणून मी बी अगदी काळजीपूर्वक निवडून घेत असे. त्यात तणांचे बी येऊ देत नसे. शिवाय आता मी स्थानिक जाती वापरीत आहे. आमच्या मातीत व हवामानात चांगल्या, टिकाव धरणाऱ्या व जोमदार वाढणाऱ्या अशा या जाती आहेत. दुसरी एक पद्धत म्हणजे कमकुवत बी अगोदरच काढून टाकत असे. पेरण्यापूर्वी मी ते पाण्यात टाकी व हलके बी वर राही, ते पेरत नसे. कमकुवत बी हुडकण्यास ही अगदी सोपी पद्धती आहे.

याखेरीज आणखी एक गमतीदार पद्धती आम्ही वापरली. या पद्धतीत पीक शेतात तयार होत असतानाच पुढच्या पेरणीचे बी त्यात पेरून टाकीत असू. या पद्धतीत पेरलेले पीक तणापेक्षा जोरात वर येते. त्याचप्रमाणे पीक काढल्यावर मी सर्व शेत पेंढ्याने झाकून टाकण्याचा प्रयोग केला व सर्व तण वाढणे बंद आहे.

प्रश्न : याखेरीज इतर काही पद्धत या सेंद्रिय लागवडीत तुम्ही वापरली काय?

उत्तर : होय. यासाठी मी खोलवर मुळ्या जाणाऱ्या पण वर छताचा कमी विस्तार असणाऱ्या काही स्थानिक वृक्षांच्या जाती शेताच्या चारही बाजूंनी लावल्या.

प्रश्न : पण याने तुम्हाला कशी मदत मिळाली?

उत्तर : असे पाहा, यासाठी मी स्थानिक जातीचेच खोलवर मुळी जाणारे वृक्ष निवडले. या वृक्षांची मुळे त्यांच्या जाळ्या वाढून खोलवर गेली. त्यांनी आपल्या वाढीसाठी जमिनीच्या वरच्या थराऐवजी खालच्या थरातील पाणी वापरले; पण जमिनीत हवेसाठी पोकळ्या बनविल्या. मर्यादित छत असल्यामुळे या झाडांमुळे पिकाचा प्रकाश अडविला गेला नाहीच!

प्रश्न : आता तुम्ही सेंद्रिय कृषी पद्धतीत यशस्वी झाला आहात, मग त्याबाबत तुमच्या इतर भावंडांची व शेजाऱ्यांची काय प्रतिक्रिया आहे?

उत्तर : काही लोकांनी आता माझ्या पद्धतीकडे वळावयाचे ठरविले आहे. इतर

अजून संशयात्मे आहेत व ते फक्त तटस्थपणे पाहत आहेत. तज्ज्ञ लोक त्यांना अधिकाधिक पीक देणारे वाण देण्याचे आश्वासन देत आहेत व ते त्यात गुरफटले गेले आहेत.

एक अतिमहत्त्वाची बाब म्हणजे जेव्हा आपण सेंद्रिय शेतीकडे परत वळतो तेव्हा आपणाला आपल्या शेतात निरीक्षण इत्यादींसाठी बराच वेळ द्यावा लागतो. मग पीक, तण, किडी या आपणास खचित संदेश देतात. हे संदेश आपण नीट वाचले पाहिजेत व त्याप्रमाणे कार्यवाही केली पाहिजे. याचाच अर्थ आपणाला निसर्गाचा अधिक जवळिकीने अभ्यास करावा लागतो. हा अनुभव फार उत्साहवर्धक असतो. यामुळे आपण निसर्ग व सजीवसृष्टी यांच्याशी एक नवा समन्वय एक नवा संवाद साधतो. निसर्गाबाबतची आदरभावना यातून वाढीला लागते. हा एक अनोखाच अनुभव ठरतो.

उद्ध्वस्त जमिनीचा कायापालट

उद्ध्वस्त परिसरात पडीक, नापीक, निकस जमिनीत पुन्हा नवीन प्राण, नवीन जाण निर्माण करण्याचा एक अभ्यासपूर्ण प्रयोग पाँडिचेरी येतील अरविंद आश्रमातील ॲरोव्हिले आश्रमवासीयांनी करून दाखविला आहे.

♣

ॲरोव्हिलेचा प्रयोग

उद्ध्वस्त परिसरात पुन्हा नवीन प्राण, नवीन जान निर्माण करण्याचा एक अभ्यासपूर्ण प्रयोग पाँडिचेरी येथील श्री अरविंद आश्रमातील ॲरोव्हिले आश्रमवासीयांनी करून दाखविला आहे. ॲरोव्हिले हा श्री अरविंद महर्षींच्या नावे उभा केलेला एक अभिनव असा प्रकल्प आहे. २८ फेब्रुवारी, १९६६ मध्ये या प्रकल्पास सुरुवात झाली. सर्व जगातील पाच हजारावर स्त्री-पुरुष तेव्हा ॲरोव्हिला येथे जमले होते.

मद्रासच्या दक्षिणेला समुद्रकिनाऱ्याच्या पडीक निकस जमिनीत मानवतेच्या भवितव्याचा नवा मार्ग शोधण्यासाठी या दृष्टीने हा प्रकल्प उभा राहिला. भौतिक व आध्यात्मिक अंगांनी प्रगत असा मानवी समाज कसा असावा याचा शोध घेण्याचा या नव्या प्रयोगात प्रयत्न होणार होता. जगातील ठिकठिकाणच्या नद्यांचे पाणी व मृत्तिका एकत्र आणून संस्थापनादिनी एक भावपूर्ण समारंभ साजरा झाला. ५०० वर प्रयोगवीर (इंजिनिअर्स, डॉक्टर्स, इ. तज्ज्ञ, जनसामान्यांतील इतर अनेक) व २५ चौ. किलोमीटर क्षेत्रात विखुरलेल्या दोन हजार एकरांवर निकस, नापीक ओहोळ , टेकड्या, चढ-उतार यांनी भरलेला प्रदेश असा नवनगरनिर्मितीचा हा एक आव्हानात्मक प्रयोग होता.

एका वेळी उजाड, वैराण असणारी ही भूमी आज संमिश्र वृक्ष लागवड केलेल्या जंगलांनी नटली आहे, समृद्ध झाली आहे.

सेंद्रिय शेतीचे प्रयोग

ऑरोव्हिलेचा निकस, पडीक जमीन सकस, उपजाऊ बनविण्याचा प्रयोग १९६८मध्ये सुरू झाला व टप्प्याटप्प्याने वर्षानुवर्षे नवनवीन वृक्षराजी उभी करून आज हा प्रयोग सर्वांगाने सफलतेने वाटचाल करीत आहे. आज या ठिकाणी भेट देणाऱ्या कुणालाही ही भूमी एकेकाळी उजाड, वैराण होती हे पटणार नाही.

सकस मातीचे वरचे थर वाहून जाऊन खालील खडक उघडे पडलेली ही भूमी सुधारण्याचे पहिले पाऊल म्हणून त्यांनी या जमिनीची ठिकठिकाणी नीट बांधबंदिस्ती करून घेतली. पडणाऱ्या पावसाचे पाणी या बांधबंदिस्तीमुळे त्या भूमीत अधिकाधिक मुरत गेले. त्या पाठोपाठ ठिकठिकाणी डबकी व तळी वाढवून पावसाचे वाहून जाणारे पाणी या डबक्यात व नाल्यात साठविले गेले. जमिनीच्या सुधारणेच्या काळात त्यांना फक्त मिळणाऱ्या पावसाच्या पाण्यावरच अवलंबून राहावे लागत होते. अशा परिस्थितीत दुष्काळाला तोंड देऊन वाढणाऱ्या झाडांची त्यांनी सर्वप्रथम लागवड केली. त्यापाठोपाठ डबक्यांत व नाल्यांत राखीव पाण्याचा साठा उपलब्ध होताच, आर्थिकदृष्ट्या महत्त्वाची अशी वृक्षलागवड व वनस्पती लागवड त्यांनी हाती घेतली. जळण, चारा, लाकूडफाटा, बांधकाम लाकूड, तेलबिया अशा अनेकांगीनेक अंगी उपयोगी ठरणाऱ्या वनस्पतींची लागवड केली गेली. या पाठोपाठ ठिकठिकाणी कुंपणाची वाढ केली गेली. काही ठिकाणी चर खणून जमिनीवरील मोकाट जनावरांचे आक्रमण थांबविले गेले, तर शेळ्यांना दूर ठेवण्यासाठी त्यांच्या लेंड्या, मुताचे पाणी लहानलहान रोपांवर शिंपडण्यात आले. काही प्रसंगी प्लॅस्टिक पिशवीतच उंच रोपे वाढवून घेतली गेली व रस्त्यावर दुतर्फा अशा रोपांची लागवड केली. ही रोपे प्लॅस्टिक पिशवीत दोन मीटर (सात फूट) उंचीपर्यंतची अशी वाढवलेली होती. या पाठोपाठ ठिकठिकाणच्या लागवडीला वाऱ्यापासून संरक्षण करणारा पण झाड-आडोसा लावला गेला. खास म्हणजे या सर्व लागवडी एकरी वनासारख्या 'वनशेतीवजा' वजा न करता प्रथम खुरटी रोपे, मग उंच रोपे, प्रथम काटक-झुडपे मग जोमदार वृक्ष इ. रीतींनी जंगलवजा व शेवटी अरण्यवजा वाढविली गेली. या लागवडीने त्या उजाड परिसरात एक नवीनच जैविक उलाढाल आपोआप विकसित होत गेली.

पानमळे लावताना आपण पानमळ्याला हवी अशी अर्धसावलीची दमट हवा व वाऱ्यापासूनचे संरक्षण यासाठी शेवरी, शेवगा, केळी, पांगारा यांसारख्या जलद वाढणाऱ्या झाडांपासून वर्ष, सहा महिन्यांतच आपणाला हवे असणारे हवामान

पानमळ्यासाठी उभे करीत असतो. विविध प्रकारच्या वृक्ष-वनस्पतींची दाट लावण करून ऑरोव्हिले येथील जमिनी झपाट्याने सकस व सुरक्षित बनत गेल्या व परिसराच्या वातावरणात पण इष्ट तो बदल होत गेला.

या पाठोपाठ ऑरोव्हिले येथे इतर कृषी उत्पादनास पण चालना मिळाली. या सर्व विस्तृत जागेत आता आठवर कृषिकेंद्रे उभी राहिली आहेत. त्या जागेत मिश्र शेतीचे उपक्रम चांगले विकसित पावले. या मिश्र शेतीत मत्स्यपालन, कोंबडीपालन, दुग्धउत्पादन, भाजीपाला उत्पादन, केळी, पपई, अननस आदी फळझाडे, निर्जल शेती प्रकल्प, पवनचक्की, बायोगॅस इत्यादी विविध उत्पादने एकमेकांच्या आधाराने उभी केली.

त्या पाठोपाठच कोणतीही मशागत न करता भातलावणी करण्याचा 'फुकुओका प्रयोग' हाती घेतला व यशस्वी केला. त्याचबरोबर पडीक जागा सुपीक बनविण्याचा इंडोनेशियातील पारंपरिक उपयोग त्यांनी आत्मसात केला. यासाठी पडीक जागेवर उगवेल ते आच्छादक पीक त्यांनी लावण्यास सुरुवात केली. पहिले पीक तयार होताहोताच त्यातच पुढच्या पिकाची पेरणी होऊ लागली. त्याप्रमाणे उपलब्ध पालापाचोळा व आडोसा यांनी जमीन अंथरून (त्याचे मल्चिंग करून) त्यात कमी पाण्यावर टिकाव धरून राहणारी घेवडा वर्गातील पिके लावली गेली. त्यामुळे या पडीक जागा उन्हाला सताड उघड्या न राहता त्या भूमीत कोणतीतरी जैविक 'अणुजीवप्रक्रिया' सतत कार्यरत राहिली.

या प्रयोगाच्या यशस्वितेचे मूल्यमापन करण्यास त्यांनी त्या राज्याच्या संबंधित शासकीय खात्याला विनंती केली. त्यांनी मुख्यत: या विकासासाठी झालेला खर्च व त्यातून मिळालेले उत्पादन, परिसराच्या जळण, तेल, दूध, अंडी, बांधकाम लाकूड, अन्न, वस्त्र आदी गरजा यांमध्ये मिळणारी स्वयंपूर्णता आणि तेथील प्रयोग भारतात इतरत्र कसा सार्वजनिक करता येईल, याबाबतची शक्याशक्यता याबाबत मूल्यमापन केले व या प्रयोगाच्या यशाची पावती दिली.

या प्रयोगाची खास वैशिष्ट्ये म्हणजे १) काटेरी व इतर चारा पुरविणारी सजीव कुंपणे, तसेच २) भारतातील ग्रामीण परिसरात स्थिरावलेल्या परंपरागत झाडाझुडपांची व वृक्षराईची व्यापक लागवड ही होती. आज पाहावे तेथे निलगिरी, सुबाभूळ, सुरू (कँज्युरिना) यासारख्या भांडवली पैसा मिळवून देणाऱ्या म्हणून प्रसार (खातेच) केलेल्या झाडांच्या लागवडीमागे जो तो अविचाराने धावत सुटला आहे. अशा परिस्थितीत, या झाडांना न नाकारता पण त्यांच्या मगरमिठीत न सापडता इतरही पारंपरिक वृक्षांना आपण जवळ केले पाहिजे हे भान आपण ठेवीत नाही. वड, पिंपळ, कडुनिंब, बाभळ, कवठ, ताड-माड, शिंदी, करंज, चिंच, मोहाचे झाड, बांबू यांसारखी अनेकांगी परिसरसमृद्धीशी स्थिर नाते जोडलेली वृक्षराई आज आपण

विसरून गेलेलो आहोत. ॲरोव्हिले प्रयोगात मात्र एकूण ६० ते ७० टक्के ही भारतीय परंपरेतील झाडे वापरण्यात आली व परकीय वनस्पतींचा नव्या लागवडीत समावेश करताना त्यांचा त्या परकीय भूमीत असणारा संबंध आपल्या भूमीत कितपत चपखल बसू शकतो ते पाहूनच केला गेला. याखेरीज लागवडीखाली आणावयाच्या एकूण क्षेत्रांपैकी किमान ३० ते ५० टक्के जमीन कायम संमिश्र वृक्ष शेतीखालीच (वनशेतीखाली नव्हे) ठेवण्याचे धोरण अंगिकारले गेले. ॲरोव्हिलेचा प्रयोग सुरू होण्यापूर्वीचे फोटो घेऊन ठेवलेले चित्र व आज तिथे उभे राहिलेले साक्षात चित्र पाहिले की वसुंधरेला (पृथ्वीला – जमिनीला) क्षमा का म्हणतात ते लक्षात येते. जुन्या सर्व चुकांना 'क्षमा' करीत पुन्हा ही उजाड भूमी वसूंना धारण करणारी वसुंधरा बनविण्यास निसर्ग किती समर्थ आहे हे या प्रयोगातून दिसून येते; मात्र यासाठी निसर्गाची, परिसर-विकासाची भाषा आपण नीट समजावून घेतली पाहिजे व त्याप्रमाणे ठोस पावले उचलली पाहिजेत.

परिसर सुबत्तेची नवी दिशा

ॲरोव्हिलेचा दोन हजार एकर पडीक जागा विकसित करण्याचा प्रयोग हा आज ग्रामीण पुनर्रचनेचा नवा आराखडा ठरविताना आपणाला मार्गदर्शक ठरणारा आहे. एका नव्या नगरीची संस्थापना करण्याच्या ऊर्मीतून ॲरोव्हिलांची निर्मिती १९६८ मध्ये झाली व बघता बघता १०-१५ वर्षांत त्यांनी या नगरीचा निसर्ग पुन्हा पूर्ववत करून आपणाला अनुकूल असा करून घेतला. अमर्याद जंगलतोडीने उजाड बनलेला व सकस माती वाहून गेल्याने बोडका बनलेला माळ त्यांनी आता परत सकस मातीने पिकाऊ बनलेला व वृक्षराईने गर्द झालेला बनविला आहे. आज आपापला ग्रामीण परिसर हा असाच उजाड व रखरखीत बनला आहे. गावातील पाराजवळ कदाचित असली तर एक-दोन जुनीपुराणी झाडे उभी असतात; पण गावाला येणाऱ्या हमरस्त्यावर फाटक्या सावलीसाठी देखील आज एखादेसुद्धा झाड उभे नसते. गावाच्या पांढरीत व गायरानात हाताच्या बोटांवर मोजता यावीत अशी काही वठलेली, खुरटलेली झाडे उभी असतात. विविध वृक्षसंपत्तीपासून आपल्या नित्यनैमित्तिक गरजा गावातल्या गावातच पूर्णपणे भागू शकतात हे सूत्रच आपण आज हरवलेले आहे. ॲरोव्हिले येथे वृक्षराजी उभी करताना एकरात दोन हजार या हिशोबाने पन्नासएक एकरांत एक लाखावर निरनिराळी झाडे लावली गेली, जोपासली गेली व वाढवून स्थिरावली. त्यांच्या पालापाचोळ्यावरच जमिनीची सुपीकता पुन्हा चढती-वाढती अशी सुधारत राहिली. आज आपल्या ग्रामीण परिसरात भारतात होणाऱ्या प्रत्येक वृक्षाचा एक तरी नमुना जतन केला असेलच, असे ठरवून प्रयत्न केल्यास बघता बघता आपला परिसर विविध वृक्षराईंनी बहरून येईल. अर्जुन, कदंब,

कवठ, मोहाची झाडे यांसारखी नावे आता पुराणातील कथांतूनच आपल्या परिचयाची असतात. अद्याप बोर, चिंच, पिंपळ, वड, बांबू, पळस, करंज, सीसम यांची ओळख आपण विसरलेलो नाही; पण निलगिरी आदी लागवडीच्या सोसात भावी पिढीला हे वृक्ष देखील अपरिचित होणार आहेत. बेल, खेजरी, रुई, शेवरी, करवंद, भेंड, शिरी, हादगा, तेंदू, पारिजातक, ताड, माड यांची जातकुळी आपण विसरत चाललो आहोत. आता फक्त राहिली आहे ती चौफेर पसरणारी 'वेडी बाभूळ' व या बाभळीचे आपल्या परिसराशी उपयुक्त नाते कसे उभे करता यावे यासाठी चाललेले एकांगी संशोधन!

'विपुलाच सृष्टी'चे वैपुल्य आपल्या हाताने नष्ट करीत फक्त निलगिरी वा साग लागवडीतून आपली भरभराट होईल हा विचार आज 'व्यापारी संस्कृती'ने जनसामान्यांच्या मनात रुजविला आहे. निलगिरीपासून कागद कारखाना केला व त्यासाठी फॅक्टरीला लागणारे पाणी जरी दूरवरून उपलब्ध करून दिले तरी त्या कारखान्यावाटे बाहेर पडणारे प्रदूषित पाणी हे आपला परिसर कायमचा निकस बनविणार आहे हे कटू सत्य मात्र निलगिरी लागवडीच्या यशाची स्वप्ने पाहणाऱ्यांनी नजरेआड केलेले असते. खेड्यांतील प्रत्येक घरानावे एक-दोन बोरीची, चिंचेची, शेवग्या-शेवरीची व हदग्याची झाडे असतील तर त्यावरच एक-दोन दुधास बकऱ्या ठाणबंद ठेवूनच वाढविता येतील व प्रत्येक घराची दुधाची गरज समर्थपणे मिटून प्रसंगी 'चीज इत्यादी' उच्च प्रथिनयुक्त पदार्थनिर्मितीची विकेंद्रित केंद्रे, सर्वत्र वाढविता येतील हे सूत्र आज आपल्या लक्षात येत नाही. फक्त सांडपाण्यावर घरटी एक नारळाचे झाड कायम उत्पादनाचे व आहारातील अत्यावश्यक पौष्टिक तत्त्वांचे कार्य पार पाडेल हा विचार आजच्या विचारवंतांना सुचू शकत नाही. वीस कलमी कार्यक्रमाचे आराखडे आखण्यात वेळ घालविण्याऐवजी व त्याकरिता तगाई वा इतर मदत रक्कम पुरविण्याऐवजी निसर्गाच्या हातात हात घालून आपापल्या परिसराची समृद्धीसाधने आपल्या घरातच आपले भाग्य उभे करण्याची किमया आज सर्वतोपरी शक्य असून, ती किमया आज सार्वत्रिक केली जात नाही.

उलट 'दुधाचा महापूर' असे चुकीचे शब्दपर्याय मात्र आता आपल्या प्रगतीचे महान मानदंड म्हणून जाता-येता तोंडावर फेकले जात असतात. आज उच्च मध्यमवर्गातील श्रीमंत माणसालादेखील अर्ध्या लिटरवर दूध घेणे परवडणारे राहिले नाही; पण हा दुधाचा महापूर मात्र तळागाळातील व्यक्तींना दुधाचा थेंबही न पुरविता आज डबाबंद होत वाहत आहे. या संदर्भात 'स्वस्ताईची कमाल', 'उंट फुकट', उंट व शेळी दोन हजार रुपयांस. दोन्ही प्राणी एकदम घेतल्यासच उंट फुकट अशा एखाद्या अरेबियन नाइटमधील सुरस व चमत्कारिक बोधकथेची आठवण होते. दुधाचा सुकाळ फक्त, दुधाच्या एका मापाला पाच रुपये हवेत ही आजची व्यापारी

प्रगती आहे. खऱ्या समृद्धीची निर्मिती अशा व्यापारी उत्पादन कार्यपद्धतीने होणार नाही. तिथे पैशाची श्रीमंती असेल; पण खऱ्या समृद्धीची पूर्ण वानवाच असेल. आपल्या दारात, आपल्या परिश्रमाने, आपल्या परिसराच्या सामर्थ्यावर आपापले भाग्य एकेकाळी ठिकठिकाणच्या संस्कृतीने समर्थपणे उभे केले होते. नदीकाठची, पर्वतराजीची, ध्रुव प्रदेशाची, वाळवंटाची, किनारी प्रदेशांची अशी विविध स्वरूपांची संस्कृती त्या त्या परिसरात विकसित होऊन आपल्या वैशिष्ट्याने स्थिरावली होती. या संस्कृतीचे धागेदोरे ज्या परिसर संगतीत विणले होते, ते धागेदोरे पुन्हा उलगडून आपण वापरू शकलो तर आपापल्या परिसराचे गमावलेले वैपुल्य आपण परत उभे करू शकूच.

आणखी काही यशस्वी प्रयोग

आपल्या अनेक समस्यांची, प्रश्नांची उत्तरे आपल्या सभोवारच आहेत. ठिकठिकाणच्या प्रयोगवीरांनी केलेल्या प्रयोगांतून हेच दिसून आले. थोडीशी वैज्ञानिक साक्षरता संपादन केली तर कोणालाही आजच्या प्रगत वैज्ञानिक ज्ञानभांडारातील कोणताही अलंकार हक्काने, स्वतःचा आहे म्हणून घालून मिरविता येऊ शकेल.

♣

आणखी काही यशस्वी प्रयोग

वरवर पाहता विसंगत वाटणाऱ्या व चालू लागवड पद्धतीपेक्षा पूर्णपणे भिन्न अशा काही आमच्या 'वेगळ्या' प्रयोगांची धावती ओळख यापूर्वीच्या काही लेखांकांत आपण करून घेतली. त्यात पश्चिम जर्मनी, जपान इत्यादी देशांतील काही नव्या विचारप्रवाहांचा व प्रयोग धडपडीचा आपणास परिचय झाला. आगरवालदादांचे अशाच रीतीने चाललेले काही प्रयोग आपण समजून घेतले. पाँडिचेरी-ऑरोव्हिले येथील नवी धडपड समजून घेतल्यासारखे, सर्वांना सहज करता येणारे व आपल्या परिसरातील संपत्तीचे खरे झरे कोणते आहेत याचा नवा साक्षात्कार देणारे पुढील काही प्रयोग कोणीही करून पाहण्यासारखे आहेत.

ता. निफाड, जिल्हा नाशिक येथील एका शेतकऱ्याने त्याच्या आयुष्यभर चालविलेल्या एका प्रयोगाची व त्याच्या यशाची एक कथा तेथील काही प्रयोगांच्या भेटीगाठीत नुकतीच एकाने सांगितली. ज्या व्यक्तीने त्या शेतकऱ्याचा हा प्रयोग पाहिला ती व्यक्ती तेव्हा लहान होती. त्याच्या बालपणी त्याच्या गावातील एक शेतकरी शेतातील पीक निघाल्यानंतर सर्व गावांतील मिळेल तो कुजण्यासारखा सर्व कचरा दररोज गोळा करून आपल्या शेतात नेऊन टाकीत असे. असा प्रघात

वर्षानुवर्षे त्याने चालू ठेवल्याने त्याची तेवढीच शेतजमीन एका नव्या पोताची व ताकदीची बनली. आज तो शेतकरी जिवंत नाही व त्याचे शेत दुसऱ्या एका शेतकऱ्याने विकत घेतलेले आहे; पण अजूनही वर्षानुवर्षे हे शेत सभोवतालच्या इतर शेतांपेक्षा सतत चांगले पीक देत आहे. नेमका असाच दुसरा प्रयोग सोलापूरकडील अक्कलकोट भागात दुसऱ्या एका शेतकऱ्याने ५०-६० वर्षांपूर्वी केला होता. ज्या शेतकऱ्याने ही कथा मला सांगितली, त्याचे आजोबा कापड दुकानात नोकरीवर होते; पण नोकरीही आपल्या पिंडात बसणार नाही हे पाहून त्यांनी पडीक माळरान विकत घेतले. रोज रात्री हातगाडी घेऊन पहाटे तीन वाजता गावकचरा गोळा करून तो शेतात नेऊन टाकण्याचा उपक्रम त्यांनी हाती घेतला. वर्षानुवर्षे हा उपक्रम केल्याने त्यांची जमीन सतत सकस बनत गेली व त्या वाढीव उत्पादनातून नवीन जमिनी घेत त्याच्या वाडवडिलांनी आजच्या पिढीने ज्याचा हेवा करावा, असा जमीनजुमला संपादित केला.

दापोलीजवळ 'फाटक गुरुजी' या सर्वोदयी प्रयोगवीराची अगदी खडक-दगडांमधील आमराई हाही असाच एक प्रयोग आहे. 'साने गुरुजी' व 'विनोबा भावे' यांच्याशी जवळीक असणाऱ्या 'किर्लोस्कर' मासिकात सुमारे पन्नास वर्षांपूर्वी 'चांभार ब्राह्मण' म्हणून गुरुजींनी लेख लिहिला होता. अशा या फाटक गुरुजींनी आजूबाजूच्या पंचक्रोशीत मरणारी गुरेढोरे, त्यांच्या कातडीचे, हाडामांसाचे ग्रामोपयोगी अर्थविज्ञानानुसार 'पुनर्संकलन' करण्याचे व्रत घेतले होते. त्याचबरोबर दररोज सकाळी साफसफाईचे काम करून तो कचरा पण जमीन सुधारणेनावे वापरला होता. कातळ फोडून पुरेसे लांब-रुंद, खोल खड्डे करून ते अशा खाताडाने भरून घेऊन त्यात कलमी आंबे लावून जोपासले होते. आज फाटक गुरुजी नाहीत; पण त्यांचे आंबे अद्याप एका आगळ्याच दिमाखात व डौलात उभे आहेत.

असाच एक प्रयोग कोल्हापूरकडील एका माध्यमिक शाळेतील शिक्षकाने आपल्या शाळेसमोरील मोकळी जागा सुपीक बनविण्यास व त्यात टोमॅटोचे भरपेट पीक घेऊन दाखविण्यास केला होता. प्रत्येक मुलाने येताना घर-शेताशेजारी मिळणारा पडलेला काही कचरा गोळा करून त्या प्रयोगासाठी आणला होता व एकेका टोमॅटोच्या झाडाला सहा सहा किलोवर टोमॅटो पण कसे येऊ शकतात, हे अनुभवले होते.

रासायनिक खते, पक्के खत, कच्चे खत, काडीकचरा, लाकूडफाटा, गचपण यांचा एक एक चुकीचा संदर्भ आज आपणापैकी प्रत्येकाच्या डोक्यात गोंधळ घालून असतो. असे अनुभवी यश पाहता ही खते गोळा करून, सुपीक बनवून हवे ते पीक घेण्याची वृत्ती दिव्याने दिवा लागावा तशी साखळी पद्धतीने सार्वत्रिक झाली पाहिजे; पण अशा प्रयोगाने पीक वाढण्यास नेमका केव्हा, कसा, किती, कोणत्या प्रकारे

फायदा झाला याचा वैज्ञानिक उलगडा न झाल्याने आपण योग्य तो नेमका प्रयोगदर्शी निर्णय घेऊ शकत नाही.

या लेखमालेतील काही लेखांवरून व अशाच स्वरूपाच्या चर्चासत्रांतून मांडलेले विचार समजून घेऊन आज महाराष्ट्रात अनेक द्राक्षबागांत संपूर्ण पाऊसकाळात द्राक्षाच्या बुडाजवळील केंद्रावर मिळालेल्या काडीकचऱ्याचे व 'काँग्रेससारख्या' तणांचे भारेच्या भारे आणून द्राक्षबागायतदार घालू लागले आहेत. या अशा भाऱ्यांमुळे व काडीकचऱ्याने या भाऱ्यांखाली भरपूर बारीक पांढरी मुळी कशी बनते, ती मुळी द्राक्षाचे खोड जून-जुलैमध्ये आडवे फुगवून त्यात जादा १५०० पेट्या द्राक्षमालेचे अन्नवजन कसे भरून ठेवते ते त्यांच्या लक्षात आले आहे. उलट अशा टाकाऊ तणांच्या भाऱ्यामुळे पावसाने जमीन न चोपल्याने केवढा चांगला वापसा मिळतो याचा जिवंत अनुभव व त्यातील शास्त्रीय तपशील आत्मसात करीत द्राक्ष बागायतदार आपल्या बागांतील खतावरचा हजारो रुपये खर्च आता वाचवू लागले आहेत. किंबहुना, गडी लावून व गाड्यांतून असे तण, गवत, काँग्रेस गवत आणून त्याचा आपल्या उत्पादनवाढीत पुरा लाभ कसा मिळेल ते प्रयोगाभ्यासात समजून घेऊ लागले आहेत. मुंबईसारख्या बकाल वस्तीच्या भागात रस्त्यावरील कागदकचरा, प्लॅस्टिक पिशव्या, खिळेमिळे गोळा करून त्यांच्या विक्रीतून शेकडो कुटुंबे आपला चरितार्थ चांगल्या प्रकारे चालवीत असतात; कारण हाच माल परत कारखान्यात तयार होणारा. आपल्या गावाच्या कानाकोपऱ्यात पडून असलेला काडीकचरा, त्याचा खरा उपयोग समजून उपयोग करणारी 'प्रयोगदर्शी' विचारप्रणाली सार्वत्रिक स्वरूपात केव्हा वाढीला लागेल याची वाट पाहत आहे; मात्र यासाठी किती थोड्या काडीकचऱ्यात केवढे प्रचंड खत असते याचा शास्त्रीय बारकावा आपण माहीत करून घेतला पाहिजे.

आणखी एक दाखला

डहाणूमध्ये चिकूची शंभर एकरवर बाग असणाऱ्या एका प्रयोगशील बागायतदार प्रयोगाचे हे इतिवृत्त आहे. गावातील गोदामाबाहेर व गिरण्यांशेजारी धान्यबाजारात जमिनीत पडून नाश होणारे धान्य अगर गोदामात कुजून मनुष्यप्राण्यास अयोग्य असलेले धान्य आपल्या चिकूत मातीखत म्हणून वापरण्याची पद्धत या बागायतदाराच्या लक्षात आली. असे खराब टाकाऊ धान्य आणून ते पावसाच्या सुरुवातीस प्रत्येक चिकूच्या बुडाशेजारी दहा-दहा पाट्या या मापाने टाकले. पावसानंतर त्या धान्याचा तेथे एक कणही उरला नाही. उलट तेथे वाढणाऱ्या दानव्यांनी ते धान्य खाऊन निर्माण केलेली दहा सें.मी. उंचीची विष्ठा गोळा झाली. अशा दानव्यांची विष्ठा ही अनेक फळझाडांना उत्तम, सकस खतमातीच असते. शिवाय त्या झाडाभोवतालची

जागा दानव्यांच्या सतत वर-खाली केल्याने कायम हवागीर व भरदेट पांढरी मुळी राहिल्याने भक्कम उत्पादन पदरी पडले.

मुंबईकडील गच्चीवर लिंबू लावणाऱ्या एका महिलेला असाच एक प्रयोग सुचविला गेला. चांगले खत बाजारात मिळत नाही अशी तिची खास तक्रार होती. तिला तिच्या खरकट्यातील डाळ, पालेभाजी, भात-चपाती इ. उरेल तो भाग त्यात आळ्या होतील अशा रीतीने प्लॅस्टिक पिशवीत सहज कुजवता येतो व या अळ्या हेच सर्वोत्तम खत आहे, हे लक्षात आणून दिले गेले. एका वर्षात तिच्या गच्चीवरील लिंबाला लिंबे आली. असा त्या प्रयोगाचा अनुभव या बाईने मोठ्या अभिमानाने सांगितला. असाच प्रयोग गच्चीवर 'कलिंगडे' घेणाऱ्यांना मिळू शकतो. कलिंगडाला फळ येण्याच्या सुमारास (वेल ४०-४५ दिवसांची झाली की) मडक्यात कुजवत टाकलेली थोडी पेंड, त्यातील मासळी कुट्टी व त्यात वाढलेल्या आळ्या यांचे पाणी फक्त दिले तर रसदार, गरदार, चवदार कलिंगडे सहज मिळविता येतात.

फळबागेतील तण व गचपण

फुकुओकाचे प्रयोग वाचून आपल्या माळरानात ज्वारी आदींबाबत, तसेच पण जरा निराळ्या वळणाचे प्रयोग (स्प्रिंकलरच्या साह्याने) करून ती माळरान जमीन सकस बनवण्याची जिद्द एका ६९ वर्षांच्या सोलापूर भागातील उत्साही 'तरुणाने' धरलेली आहे. उलट 'शेतखत' इ. कंपोस्ट खड्ड्यात न कुजविता द्राक्ष बागेत ठिकठिकाणी तिचे लहान लहान ढीग घालून त्या कुजविणाऱ्या शेणखत व शेणखताचा वरंब्यांमध्ये भरपूर नवी-जुनी मिळविण्यास उपयोग करण्याचे तंत्र आता काहींनी अवलंबिले आहे. शेतात योग्य प्रमाणात वर्षभर कच्च्या खतापासून नवे रापलेले खत बनविण्याचे – भागाभागात ढीग करण्याच्या पद्धतीने पूर्वी शेताचा कस वाढावा म्हणून बैल आदी जनावरे सतत जागा पालटून बांधली जात, त्या पद्धतीची आठवण होते. निसर्गातही शेणाचे पो व पालापाचोळा एके ठिकाणी ढीग म्हणून न पडता विखुरलेला पडावा अशीच सर्वसाधारण व्यवस्था आहे. मेंढपाळाचा धंदा हा फिरता न राहता 'स्थानिक मेंढपाळी उद्योग' असे काही नवे उपक्रम बोलले जातात; पण ठिकठिकाणचे अगदी खुरटे गवत खात तिथेच परत लेंड्या, मूत टाकत परत मांस, कातडी इत्यादी किमती उत्पादन पुरविण्याचा पारंपरिक मेंढपाळी धंदा त्या मेंढपाळाला मुक्कामासाठी ठिकठिकाणी सुखद सराया बांधून देऊन कसा जोमदार करता येईल हे पाहण्यानेच आपल्या परिसराचा सहज स्वाभाविक उत्कर्ष कमी खर्चीक व मानवाला अधिक सुखावह ठरणार आहे. विकास साधणार आहे.

द्राक्षबागेतील गवत न काढण्याने भारी जमिनीत अधिक सरस व अधिक वजनदार उत्पादन मिळते. फळबागेतील हरळ ही या बाबतीत अधिकच फायद्याची

ठरते. यांसारखे धक्कादायक वाटणारे विचार आता झपाट्याने प्रमाणित होऊन सार्वत्रिक होत आहेत. नाशिक भागात एका भारी जमिनीत पेरूंना येणारे नामी पेरू पचपचीत व तेजहीन येत असत. शेवटी मालकाने कंटाळून ती बाग काहीही करू न देता तशीच सोडून दिली व त्यात उदंड गवत वाढले; मात्र वेळी एक आश्चर्यकारक प्रकार झाला. या बागेत कधी मिळाले नाहीत असे चवदार व रसरशीत पेरूचे पीक त्या बागेतून निघू लागले.

'अनंत हस्ते कमलावराने, देता किती घेशील दो कराने' अशी खरी या निसर्गाच्या साधनसंपत्तीची अजब किमया आहे; पण 'देणाऱ्याचे हात हजारो, फाटकी झोळी' अशी आजच्या घडीची खरी शोकांतिका आहे. या संदर्भात एका परिसंवादातील वरवर पाहता अतिउथळ पण जरा वैज्ञानिक दृष्टी लावून पाहता अतिशय मूलग्राही चर्चेची या इथे आठवण होते. 'भारतातील उंदरांकडून आज भारतातील लोकसंख्येला पुरून उरेल इतक्या धान्याची नासाडी होते' या वाक्यावर भाष्य करताना या उंदरांनीच या जमिनीचा कस टिकविण्यास आज थोडातरी हातभार लावला आहे. नाहीतर या भारताच्या जमिनीतील सारा कस त्या धान्याबरोबर कायमचाच त्या परिसरातून लुटून नेला असता, असे मोठे मार्मिक विवेचन एकाने केले होते. धान्य खाणारे उंदीर तेवढेच धान्य लेंडी, मूत्र या रीतीने शेतात ठिकठिकाणी पेरत असतात व स्वत:च्या मरणानंतर परत त्याच भूमीत आपण वापरलेल्या अन्नाच्या सवाई कस, फॉस्फेट, रक्तमांस या रीतीने परत करीत असतात. आज स्टेरामिलसारखे रक्त, हाडे दळून बनविलेले एकरी एक टन या प्रमाणात द्यावयाचे खत अडीच हजार रुपयांपुढे गेले आहे. खत शेतात वाढून मेलेल्या उंदराचे असे अनेक टनावारी गोळा होणारे खत (जितके टन धान्य उंदरांनी खाल्ले तेवढे टन खत होणारच) हेच या भूमीचा जो काही कस शिल्लक आहे त्याचे एक कारण आहे. विचारांची अशी एखादी नवीन मांडणी आपल्या परिसराच्या संदर्भातील आपले सर्व जुने हिशोबच मग बदलून टाकते.

निसर्गाच्या कुशीत निसर्गाच्या विरुद्ध अनैसर्गिक जीवन जगण्याचा जगातील आज ठिकठिकाणच्या विचारवंतांना वीट आला आहे. या उलट अत्याधुनिक विज्ञानाची सार्वजनिक पेरणी करून सर्वांनाच त्या विज्ञानाचा लाभ होईल, असे नवे कार्य उभे करणे सहजशक्य आहे, हे आता अधिकाधिक स्पष्ट होत आहे. आधुनिक जीवनरसायनविज्ञान, इलेक्ट्रॉनिक्स, अवकाशयात्रेच्या संदर्भात प्रमाणित करण्यात आलेली तंत्रे अशा अनेक शाखांतील सर्वांगीण प्रगतीच्या एका नव्या स्वरूपाच्या, विकेंद्रित पण प्रबळ आर्थिक उभारणीला मोठा हातभार लावणार आहे.

एक नवा अधिकार

'तुझे आहे तुजपाशी'मध्ये आपल्या 'परिसर मर्यादे'तच किती विविध तऱ्हांचे प्रयोग आपण वाढवू शकतो व यशस्वी करू शकतो याचा ठिकठिकाणी यशस्वी झालेल्या प्रयोगांना धरून आपण नव्या दिशांचा शोध घेतला. असे प्रयोगविचार वाचून आपल्यातील प्रयोग वाढविण्याची 'प्रयोगवर्धन' प्रेरणा जागृत झाली पाहिजे. या जागृतीबरोबरच अशा प्रयोगामागील शास्त्रीय सत्यांचा उलगडा करून घेऊन खरा 'शास्त्रीय बोध' घेण्याची हिंमत आपणात वाढली पाहिजे. आपण नुसतेच 'प्रयोगवर्धी' न बनता 'द्रष्टे प्रयोगप्रेमी', 'प्रयोगदर्शी' बनले पाहिजे. अवघडात अवघड शास्त्रीय ज्ञान व शास्त्रीय शोध यांच्या प्राप्तीसाठी शाळा-कॉलेजांत अगर संशोधन संस्थांत न जाताही जनसामान्यांना आपापल्या प्रगतीसाठी वाट शोधता आली पाहिजे, असा एक नवा दृष्टिकोन जगात जोमात पुढे येत आहे. सुशिक्षित तरुणाएवढा बुद्धिदर्शकांक अनपढ व्यक्तींना पण असतो व हा 'बुद्धिदर्शकांक'च कोणत्याही वयात आपणाला कोणतेही ज्ञान मिळविण्याचा व वापरण्याचा जन्मसिद्ध हक्क बहाल करीत असतो. या नव्या शैक्षणिक क्रांतीचे आपण आता बिनीचे प्रयोगवीर बनले पाहिजे. थोडीशी 'वैज्ञानिक साक्षरता' संपादन केली तर कोणालाही आजच्या प्रगत वैज्ञानिक विज्ञानभांडारातील कोणताही अलंकार हक्काने, स्वत:चा आहे म्हणून घालून मिरविता येऊ शकेल. पुढील लेखमालेपासून या नव्या अधिकाराच्या संप्राप्तीसाठी आपण नवीन पावले टाकणार आहोत.

आतापर्यंत 'तुझे आहे तुजपाशी' अंतर्गत १२ लेखांद्वारे आपण आपल्या परिसर मर्यादेतच किती विविध प्रकारचे प्रयोग करू शकतो हे आपण पाहिले. यापुढील 'जुनीच सृष्टी, नवीन दृष्टी' या विभागांतर्गत 'विपुलाच सृष्टी'ची अधिक चांगली, अधिक स्पष्ट व अधिक जवळीक साधणारी ओळख आपण करून घेणार आहोत. या पुस्तिकेत यातील सुरुवातीचे लेख आहेत. 'विपुलाच सृष्टी'च्या या नंतरच्या पुढच्या भागात याची पुढील माहिती देणार आहे.

'तिळा तिळा दार उघड' म्हणताच अलिबाबाला चोरांनी दडविलेल्या अपार संपत्तीचे दर्शन झाले तसे एक नवे दर्शन 'जुनीच सृष्टी, नवीन दृष्टी' या आगामी लेखमालेच्या प्रयोगाभ्यासाने सर्वांना मिळू शकेल.

अन्न कसे बनते?

आपल्याला परिसरात आपणास हवी तेवढी समृद्धी अनंत हस्तांनी निसर्ग पुरवू शकेल. त्यासाठी निसर्गाची विविध रूपे (ऋतुचक्र, वादळ, कडाडणारी वीज, वारा, हवा, प्रकाश, उष्णता, द्रव, दहिवर, पाऊस, पाणी, धूळ, कचरा, खत इत्यादी) व आपला परिसर आपल्या सभोवतालची सूक्ष्म व स्थूल जीवसृष्टी, वनस्पती आणि आपण यांचा खरा पारिवारिक वैज्ञानिक सहयोग आपण उभा केला पाहिजे.

♣

नवी वैज्ञानिक दृष्टी – विपुलाच सृष्टीच्या – 'तुझे आहे तुजपाशी' या आतापर्यंतच्या १३ लेखांकांत आपण ठिकठिकाणचे विविध प्रयोग – संदर्भ, प्रयोगाभ्यास व अनुभव अभ्यासले. आधुनिक विज्ञानामुळे मानवाला निसर्गाची कार्यपद्धती समजून घेऊन निसर्गाची हितगुज करता येऊ लागले आहे. निसर्ग आपल्या एकट्याच्याच हातांनी जे वैपुल्य आजवर निर्माण करीत आलेला आहे, त्याला आता त्याच्या या परिणत प्रज्ञ बालकाचे – मानवाचे हात पण आता चांगलाच हातभार लावू शकतील. विविध गरजांच्या पूर्तीसाठी उत्पादनाची जी प्रचंड ताकद आपल्या नजीकच्या परिसरात भरून राहिली आहे, ती निसर्गाशी असा सहयोग करूनच आपण हस्तगत करू शकू.

आपापल्या परिसरात आपणाला हवी तेवढी समृद्धी किती अनंत हस्तांनी निसर्ग पुरवू शकेल याचे बारकावे या लेखमालेत आपण समजून घेणार आहोत. पृथ्वीला गंधवती, रसवती अशी पण नावे आहेत. एकाच जमिनीत पाय रोवून वाढणारे मसाल्याचे पदार्थ आपणास मसाले पुरवितात, तर तृणधान्ये धान्य पुरवितात. उलट गळिताची पिके तेलपुरवठा करतात. कंदभाजी, मुळावर्ग भाजी, जळण, जनावरांचा

चारा, अत्तरे, मेण, मध, साखर, औषधी पदार्थ या सर्वांची या वनस्पतिसृष्टीकडून सतत निर्मिती चालू असते. वनस्पतींची ही कार्ययंत्रणा कशी कार्य करते याची माहिती आता आनुवंशिक अभियांत्रिकी (जेनिटिक इंजिनिअरिंग) व जीवरसायनशास्त्र (बायोकेमिस्ट्री) यांसारख्या शास्त्रांमधून स्पष्ट होऊ लागली आहे व वनस्पतींच्या या कार्याला सूर्य सतत हातभार लावीत आलेला आहे.

हिरवे पान व सूर्यप्रकाश

सूर्यकिरणांना रविकर असे दुसरे नाव आहे. पृथ्वीपासून कोट्यवधी मैल दूर असूनही सूर्य या हातांनी पृथ्वीवर सतत दिवस-रात्र प्रचंड कार्यशक्ती आणून पोहोचवीत असतो; कारण आपणाकडे रात्र असते तेव्हा पृथ्वीच्या दुसऱ्या गोलार्धात दिवस चालू असतो. या कार्यशक्तीच्या बळावर वादळे, ढगातील विजेचा लखलखाट, पाऊस इत्यादी नैसर्गिक घडामोडी होत असतात.

सूर्याकडून येणारी ही कार्यशक्ती आपणाला दोन रीतींनी समजते. एका कार्यशक्तीला उष्णता म्हणतात. उष्णता आपणास डोळ्यांनी समजत नाही, त्वचेने समजते. अंगाची लाही झाली, उकाडा झाला असे शब्द आपण वापरत असतो. ते या उष्णताशक्तीच्या प्रभावामुळेच. उलट सूर्याकडून येणारी दुसरी कार्यशक्ती, तिला आपण प्रकाश म्हणतो; पण हा प्रकाश मात्र आपणाला त्वचेने समजत नाही. प्रकाशाची जाणीव आपल्याला डोळ्यांवाटेच होऊ शकते. आपण सूर्याचे ऊन, सूर्याचा उजेड असे जे शब्द वापरतो, त्यातील हा बारकावा आपणास हळूहळू आत्मसात करावा लागणार आहे; कारण या सूर्यशक्तीतील प्रकाशशक्तीचा वापर करून वनस्पतिसृष्टीच्या पानातील 'हरितद्रव्य' अन्न, जळण, तेल, प्रथिने, मसाले आदी विविध पदार्थ बनविण्यास पायाभूत ठरणारी साखर बनवत असते व त्यानंतर त्यातून पुढे अनेक पदार्थ बनविले जातात. 'प्रकाशशक्ती'चा हा वापर करण्यास व या वनस्पतीचा जीवनव्यापार सुरळीत चालू राहण्यास वनस्पतीत ठिकठिकाणी विविध सूक्ष्मघटक कार्यरत राहावे लागतात. त्यांना शास्त्रीय परिभाषेत 'एन्झाइम्स' म्हणतात. या एन्झाइम्सचे अनेक प्रकार असतात. त्यांना जी कामे असतात त्याप्रमाणे हे प्रकार ठरतात. त्यांचे जोड्या, फोड्या, मोड्या, भांड्या, तंड्या, चिड्या, रड्या, कुढ्या इ. अनेक प्रकार पडतात; पण या 'एन्झाइम्स'ना ठरावीक तापमानातच (उष्णतेच्या पातळीतच) काम करता येते. काही कमी तापमानात, तर काही मध्यम तापमानात, तर काही उच्च, सामान्यपणे आपल्या घरातील बाटलीमधले खोबरेल तेल गोठले की त्याखालील तापमानाला आपण गरम कपडे चढवितो. बहुतेक वनस्पतींना मात्र अशा कडक थंडीच्या वेळी आपले कामकाज बंद ठेवावे लागते; कारण त्यांच्या कामकरी एन्झाइम्सना कार्य करता येत नाही.

आपले सर्व जैविक व्यवहार हे सरतेशेवटी हिरव्या पानाने गोळा केलेल्या सूर्यशक्तीवर चालत असतात. द्रौपदीच्या थाळीतील हिरव्या पानाची व कृष्णाने दुर्वासाच्या अनेक शिष्यांना भोजन घातल्याची कथा आपण रसिकपणे समजून घेतलेली असते; पण आजवर या जगाचे भरण-पोषण करणारी 'द्रौपदीची खरी थाळी' म्हणजे हिरवे पान आहे. ही थाळी ठरावीक उष्णतामान व चकचकीत प्रकाश या दोन्ही गोष्टींचा योग्य मेळ असेल तरच मग अन्न आदी पदार्थांचे उत्पादन करू शकते. बटाटा आदी वनस्पतींना थंड हवा मानवते तर कलिंगड आदी पिकांना कडकडीत ऊन मानवते. यामागची खरी मीमांसा त्या त्या हवामानात क्रियाशील राहणारे एन्झाइम्स इ. असावेत हे मग लक्षात येईल. त्याचप्रमाणे काही वाण उन्हाळ्यात चांगले येतात, तर काही खरिपात, तर काही रब्बीतच का, याबाबतचे कोडे पण मग थोडेफार सुटू शकेल.

थोडा इतिहास

आपल्या भोवतालच्या हवेत ऑक्सिजन, नायट्रोजन व अल्प प्रमाणात कार्बन-डाय-ऑक्साइड वायू असतो हे आता आपणापैकी अनेकांना माहीत झालेले आहे; पण सुमारे दोनशे वर्षांपूर्वी थोर शास्त्रज्ञांना पण याची फारच थोडी माहिती होती. प्रिस्टले या शास्त्रज्ञाने १७७२मध्ये याबाबत पहिले प्रयोग केले होते. काचेच्या भांड्याखाली मेणबत्ती जाळली असता काही वेळात मेणबत्ती विझते व एखादा जिवंत उंदीर पण अशा हवेत लगेच मरतो. त्या भांड्याखाली हवेत मग मेणबत्ती जळू शकत नाही. प्रिस्टलेने या भांड्याखाली पुदिना वर्गातील रोपे ठेवली व त्याला त्या भांड्यातील हवा पुन्हा मेणबत्ती जाळू शकणारी आढळून आली.

आज आपणाला मेणबत्ती जळण्यास वा प्राणी जगण्यास प्राणवायूची अगर ऑक्सिजनची गरज असते हे माहीत झाले आहे. तसेच मेणबत्तीच्या ज्वलनातून व प्राण्यांच्या श्वासोच्छ्वासातून 'कार्बन-डाय-ऑक्साइड' वायू व वाफ बाहेर पडते हेही माहीत झाले. वनस्पती हा कार्बन-डाय-ऑक्साइड वायू वापरून साखर बनवितात व तेव्हा प्राणवायू हवेला परत करतात, हेही सूत्र आता समजलेले आहे.

अगदी अलीकडे पन्नास वर्षांपूर्वीच १९३७ मध्ये हिल या शास्त्रज्ञाने कार्बन-डाय-ऑक्साइडचा व जमिनीवाटे येणाऱ्या पाण्याचा वापर करून हिरवी पाने अन्न बनवितात, तेव्हा बाहेर पडणारा 'ऑक्सिजन वायू' हा पाण्याच्या विघटनावाटे आलेला असतो, हे आणखी एक नवे सूत्र स्पष्ट करून वनस्पती अन्ननिर्मिती कशी करते त्याचे नेमके स्पष्टीकरण आता पुरविलेले आहे.

आपले अनुभव – आपले व्यवहार

वरील माहितीच्या संदर्भात आपले अनुभव व आपले व्यवहार नव्या रीतीने तपासून घेता येतील. झाडाची पाने स्तब्ध न राहता ती झुलत-डुलत, फडफडत हलत असतात. एका रीतीने प्रकाशाचा वापर करून ती अन्न बनवतात. जी काळोखातील क्रिया घडावयाची असते त्या क्रियेला यामुळे हातभार लागत असणार तर हलत्या पानांच्या झरोक्यातून झाडाच्या आतल्या भागाला येणारा 'प्रकाश-सावली'चा खेळ पण याच रीतीने वनस्पतींना मदत करीत असणार. द्राक्षपानांना लख्ख प्रकाशाऐवजी जरा कमी लख्ख प्रकाश मिळाला तर ती अधिक पीक देतात. म्हणून मांडवाची चालू रचना बदलून वेलांना वाटून सर्वत्र नेमका प्रकाश मिळेल अशी त्याची सोयीस्कर आखणी अगर द्राक्ष-वेलीवर हलती सावली पडेल अशी बागेत शेवगा, पांगारा आदी झाडे लावणे यांसारखे आज चमत्कारिक वाटणारे तपशील अधिक प्रयोगाने, कदाचित द्राक्ष उत्पादन एकदम पटीत वाढविणारे नवे उत्पादन-संदर्भ ठरतील.

अशा रीतीने वनस्पती अन्न कसे बनवितात व स्वत:ची वाढ कशी करतात हा सारा तपशील गेल्या दोनशे वर्षांत गोळा झाला आहे व त्यातील महत्त्वाचे तपशील तर अगदी अलीकडे अलीकडेच स्पष्ट होऊ लागले आहेत. झाडे हवेतून पण काहीतरी शोषून घेत असावीत, हे पहिले तत्त्व १७२७च्या सुमारास हेल्स या शास्त्रज्ञाने मांडले. त्यानंतर १७५२मध्ये प्रिस्टलेने जगण्यास अपायकारक असणारी हवा झाडे परत जगण्यास लायक बनवितात हे दाखविले; पण त्याला तेव्हा ऑक्सिजन व कार्बन-डाय-ऑक्साइड हे वायू व त्यांचा परस्परसंबंध यातील कणमात्र जाणीव नव्हती. त्यानंतर हे अपायकारक वायू शुद्ध करण्याचे काम झाडे फक्त सूर्यप्रकाशातच करतात हे १७७६मध्ये दाखवून दिले. त्याच सुमारास प्रख्यात शास्त्रज्ञ लेव्हाइ शिऊर याने १७७६मध्ये 'प्राणवायू', 'कार्बन-डाय-ऑक्साइड वायू, ज्वलनातील प्राणवायूचे स्थान इ. तपशील स्वतंत्रपणे पुढे आणले. मग मात्र सेनेबीर (१७८६) व इनगेन हौऊ यांनी १७९६मध्ये हवेतील कार्बन-डाय-ऑक्साइड वायू वापरून झाडे स्वत:च्या वाढीसाठी कार्बन (कोळसा) मिळवितात, हे स्पष्ट केले. नंतर अलीकडे १९०५मध्ये बॅकमनने पानातील हरितद्रव्य हे प्रकाशशक्ती वापरून अन्नघटक बनविते; पण त्यापैकी फक्त एक क्रिया प्रकाशात होते, तर दुसरी क्रिया अंधारात होते, हे यातील बारकावे पुढे आणले. यानंतर १९३७ मध्ये हिलने

असे अन्न बनविताना मुळावाटे येणारे पाणी व हवेतील कार्बन-डाय-ऑक्साइड यांच्या प्रकाशशक्तीवाटे होणाऱ्या संयुगाच्या वेळी प्रथम पाण्याचे, प्रकाशशक्तीचे विघटन होऊन ऑक्सिजन मोकळा होतो हे दाखवून दिले व नंतर हा उरलेला हायड्रोजन व कार्बन-डाय-ऑक्साइड वायू एकत्र येऊन प्रथम तीन कार्बनची साखर बनते व मग सहा कार्बन आदी शर्करा बनत, अनेक साखळ्या बनत– मोडत जोडत त्यात नत्र, स्फुरद, पोटॅश व इतर १५-१६ सूक्ष्म घटक वापरून अनेकविध प्रकारचे जीवनव्यापार घडविणारे घटक बनतात. तसेच हा जीवनव्यापार चालण्यासाठी शक्ती पण मिळत असते, इत्यादी घडामोडींचा बराचसा पूर्ण आराखडा आपणास माहीत झालेला आहे.

उलट द्राक्षाच्या घडांना वजन येऊ लागले किंवा केळीचा लोंगर* पोसू लागला की, त्यांना जमिनीत खत देऊन अन्न पुरविले पाहिजे अशी चुकीची समजूत अनेकांनी करून घेतलेली असते. या समजुतीमुळे पोतीच्या पोती खते नको त्या वेळी जमिनीत घातली जातात. संपूर्ण झाड हे पूर्ण जळल्यावर जेवढी राख राहते जवळजवळ तेवढेच जमिनीचे अंश झाड जमिनीतून बहुतांशी घेत असते. (नत्रघटक जळताना निघून जातात. ते जमिनीवाटे घेतलेले असतात; पण त्यांचा हिशोब एकूण राखेच्या वजनाच्या प्रमाणातच असतो.) फळाचे सर्व वजन हे पानावाटे बनलेल्या साखरेतून, पिठातून येत असते. ही गोष्ट एकदा समजली की, जमिनीत खत देऊन फळाचे वजन वाढू शकणार नाही हे आपल्या पक्के ध्यानात राहील. हा खरा शास्त्रीय संदर्भ मग आपण आपल्या पीकवाढीसाठी जाणीवपूर्वक वापरू शकू. मगच त्यासाठी पाने अन्न कसे बनवितात, ती अन्न अगोदर कुठे साठवितात व फळात कसे नेतात इत्यादी शास्त्रीय बाबी जरा अधिक खोलात जाऊन आत्मसात करण्याची हौस व हिंमत आपणात वाढीला लागेल.

जमिनीत उभी राहणारी वनस्पती (१) त्या वनस्पतीने गोळा केलेले जमिनीतील काही ठरावीकच, पण अत्यल्प वजनाचे खनिज घटक, (२) हवेमध्ये ८० टक्के नायट्रोजन असताना तो हवेवाटे न घेता वनस्पतींनी तो जमिनीवाटे घ्यावा ही निसर्गाची व्यवस्था, (३) जमिनीतील हा नत्राचा साठा आपण खत घालून वाढविला तरी तो साठा तिथे जास्त काळ न ठेवता परत हवेकडे पाठविण्याची जमिनीतील व सूक्ष्मजंतूंची कार्ययंत्रणा, (४) जमिनीवाटे येणारे तण, (५) वनस्पतीच्या पानातील हरितद्रव्य, त्या हरितद्रव्यात प्रकाशातील कार्यशक्ती पकडण्यासाठी होणाऱ्या

---

* लोंगर – केळीचा घड

घडामोडींची साखळी, (६) अशा रीतीने ही कार्यशक्ती पकडताच वनस्पतींनी मुळावाटे घेतलेल्या पाण्याचे पानातल्या प्रमाणात होणारे रासायनिक विघटन, मुक्त होणारा ऑक्सिजन, उपलब्ध केलेला क्रियाशील हायड्रोजन व (७) सरतेशेवटी पानावाटे घेतलेला हवेतील कार्बन-डाय-ऑक्साइड वायू व क्रियाशील हायड्रोजन यांच्या रासायनिक मांडणीतून बनणारी साखर (प्रथम तीन कार्बनची, मग सहा कार्बनची) आणि (८) साखरेच्या निर्मितीपाठोपाठ विविध अन्नघटक, पिष्ट, ॲमिनो आम्ले, प्रथिने, नत्रयुक्त पदार्थ इत्यादी, तसेच मेण, अत्तरे, डिंक, आम्ले, तुरट पदार्थ, औषधी, मादक पदार्थ, विषारी पदार्थ यांसारखे अक्षरशः लाखोंवर पदार्थ विविध एन्झाइम्सच्या साह्याने वनस्पतीच्या विविध अंगांमध्ये बनविले जात असतात. बनविलेल्या या सर्व पदार्थांचा या ना त्या रीतीने वापर करीत वनस्पतीसकट सर्व जीवसृष्टी आपले विविध जीवनव्यापार चालवीत असतात. (वनस्पतींचे खत हे अन्न नसते. वनस्पती आपण खातो त्याच गटातील प्रथिने, कर्बोदके, स्निग्ध पदार्थ, जीवनसत्त्वे आपल्या जीवनव्यापारासाठी वापरीत असतात. विपुलाच सृष्टीचे हे आपल्या दारोदारी उभे राहू शकणारे वैपुल्य एकदा का नव्या वैज्ञानिक दृष्टिकोनाने समजून घेतले की आपल्या दारिद्र्याचा कायमचा निरास करणारी व समृद्धीचा राजमार्ग दाखविणारी कार्यपद्धती आपली आपणच उभी करू शकू. कोणत्याही मानवनिर्मित रासायनिक कारखान्यातून हे पदार्थ निर्माण करावयाचे ठरविले तर प्रचंड प्रमाणावर शक्ती खर्ची टाकावी लागेल व अनेक प्रकारची गुंतागुंतीची व्यवस्थापन यंत्रणा राबवावी लागेल. उलट, वनस्पती चमकत्या सूर्यप्रकाशातील अति सूक्ष्म शक्ती पूर्ण गोळा करीत, ती शक्ती गोठवीत नवीन कामासाठी वापरता यावी अशा प्रचंड प्रमाणात बघता बघता अनेकविध स्वरूपांच्या पदार्थांद्वारे पन्नास-साठ दिवसांतच गोळा करून देऊ शकते. 'सारा अवकाश, सारा प्रकाश, सारी धारा, सारा विकास' अशी सार्वत्रिक, सर्वांगीण विकासाची हमी निसर्ग आपणास देत आहे. त्यासाठी निसर्गाची विविध रूपे (ऋतुचक्र, वादळ, कडाडणारी वीज, वारा, हवा, प्रकाश, उष्णता, दव, दहिसर, पाऊस, पाणी, धूळ, खत, कचरा, खत इत्यादी) व आपला परिसर आपल्या सभोवतालची सूक्ष्म व स्थूल जीवसृष्टी, वनस्पती आणि आपण यांचा खरा पारिवारिक वैज्ञानिक सहयोग आपण उभा केला पाहिजे. त्यासाठी आपण क्रमाने अधिकाधिक वैज्ञानिक साक्षरता संपादन केली पाहिजे. (यापुढील या लेखमालेतील प्रत्येक लेखाशेवटी अशी वैज्ञानिक साक्षरता संकलित केली जाईल.)

नवी वैज्ञानिक साक्षरता

(१) - नवे विज्ञान

१) वनस्पतिसृष्टीच जगातील अनेकविध पदार्थनिर्मितीचे उगमस्थान आहे. या वनस्पतीचे मुख्य शरीर कार्बन (कोळसा) घटकाचे बनलेले असते. या कार्बनबरोबर योग्य प्रमाणात पाण्याचे अणू गुंफलेले असतात. (शास्त्रीय परिभाषेत याला वनस्पतींनी गोळा केलेले सुके वजन असे म्हणतात.)

२) कोळसा जळला की हवेतील ऑक्सिजनशी संयोग होऊन 'कार्बन-डाय-ऑक्साइड' वायू तयार होतो. तो वायू आपणाला डोळ्यांनी दिसत नाही; पण तोच वायू पाने आपल्या छिद्रांवाटे गोळा करून वापरून प्रथम साखर बनवितात व नंतर त्यापासून विविध पदार्थ बनवून आपला जीवनव्यापार चालवितात.

या वायूला कार्बन-डाय-ऑक्साइड म्हणतात; कारण एक अणू कार्बन व दोन (डाय) अणू ऑक्सिजन मिळून हा वायू बनत असतो.

३) सूर्याकडून दोन प्रकारची शक्तिसंपदा आपणास मिळते :

१) एका शक्तिसंपदेला उष्णता म्हणतात. २) दुसऱ्या शक्तिसंपदेला प्रकाश म्हणतात. उष्णता शक्तिसंपदा जीवनव्यापार सुखात राखणाऱ्या एन्झाइम्सना कार्यशील राखते अगर कार्यहीन बनविते.

प्रकाशसंपदा वापरून पानातील हिरवे द्रव्य साखर बनविण्याचा आपला रासायनिक कार्यभाग पार पाडते.

४) जमिनीवाटे झाड फक्त राखेचे अंश घेते. शिवाय हवेत ८० टक्के नत्र असूनही ते झाडांना मात्र जमिनीवाटे नायट्रेट स्वरूपात घ्यावे लागते. पाण्यावाटे हायड्रोजन, ऑक्सिजन, तसेच हवेतील कार्बन-डाय-ऑक्साइडवाटे कार्बन व ऑक्सिजन हे घटक मिळतात.

राखेत सामान्यपणे १२-१४ घटक मूलद्रव्ये असतात. झाडांना ती आपण नीट उपलब्ध करणे म्हणजे जमीन सुधारणे.

(२) नवी उपक्रमशीलता

१) आपल्या पिकाचे खरे वजन खतावाटे येत नाही. ते झाडांनी पानावाटे बनविलेल्या अन्नावाटे येते व पानांना यासाठी आपण सर्व साहाय्य वेळीच पुरविले पाहिजे, तरच खरे वजन मिळेल.

२) दहा लाख भाग हवेत फक्त तीनशे भाग कार्बन-डाय-ऑक्साइड वायू

असतो. (यालाच आपण ३०० पी.पी.एम. प्रमाण म्हणतो. या लेखमालेत पूर्वी याची तपशिलाने चर्चा केली आहे, ती पाहा.)

इतका अल्प वायू जलद गोळा करून वापरण्याचे पानाचे तंत्र आपण यासाठी समजून घेतले पाहिजे. प्रसंगी पिकाचे वजन वाढविण्याकरीता शेतात हा वायू अधिक प्रमाणात निर्माण करणाऱ्या सोप्या युक्त्या वापरल्या पाहिजेत.

१) पानमळ्यात आपण खास हवामान (मायक्रोक्लायमेट) तयार करून त्या परिस्थितीत पानमळा उभा करू शकतो.

इतर पिकांबाबत पण आपण आता अशी (मायक्रोक्लायमेट) उपकारक परिसर हवामाननिर्मिती करून पीक वाढवू शकू.

२) मुळांवाटे येणारे पाणी, हवेतून गोळा केलेला कार्बन-डाय-ऑक्साइड वायू व हरितद्रव्याने पकडलेली प्रकाश-शक्ती = पहिली तिहेरी कार्बनची व नंतर सहा कार्बनची साखर.

(पाणी H_2O, कार्बन-डाय-ऑक्साइड CO_2, हायड्रोजन H, कार्बन C, ऑक्सिजन O_2 अशा चिन्हांनी दाखवितात.)

$3H_2O + 3CO_2$ शक्ती = अन्नातील तिहेरी कार्बन साखर

नत्रासाठी N ही संज्ञा वापरतात. NO_3 म्हणजे नायट्रेट, यात एक अणू नत्र व तीन अणू ऑक्सिजन असतो.

पीक उत्तम येण्यास जमीन अगदी मूठभर घटक पुरवते. या कारणाने कोणतीही जमीन आपण योग्य प्रयत्नाने आपणास हवी तशी सुधारू शकू.

परिसरातील देणीघेणी

आधुनिक विज्ञानाचा नीट समजून उपयोग केला तर दहा आर जमिनीवर पाच माणसांच्या कुटुंबाचा निर्वाह सहज होऊ शकतो. कसे ते पाहा.

♣

वैज्ञानिक कार्यपद्धती

वैज्ञानिक कार्यपद्धतीत अचूक मोजमाप व घटनांमागील 'कार्यकारण परंपरे'ची नेमकी ओळख या दोन प्रमुख गोष्टी येतात. अशा वैज्ञानिक परिभाषेतच निसर्ग आपली गुपिते मानवास खुली करत असतो. विज्ञानाची ही परिभाषा थोड्या प्रयत्नाने आपणास बरीच आत्मसात केलेली 'विद्या' आपापल्या परिसरात वापरण्यासाठी मग आपणास अनेक मार्ग प्रमाणित करता येतात. त्या मार्गांनाच 'तंत्रविज्ञान' अथवा 'तंत्रविद्या' असे म्हणतात.

हा एक प्रयोग – अनुभव घ्याच!

आपल्या बागेतील ज्वारी काढल्यावर पाच किलो ओला कडबा घेऊन तो पूर्ण वाळेपर्यंत कडक उन्हात सुकवा. तो पूर्ण वाळला आहे की नाही हे आपण त्याचे दोन-तीनदा एक दिवसाच्या अंतराने वजन घेऊन ठरवू शकतो. जर हे वजन न बदलता तसेच राहिले तर मग तो या तापमानात पूर्ण सुकला असे समजता येते.

नंतर हा कडबा पेटवा. हा पेटलेला कडबा बाहेर जी आग-उष्णता निर्माण करीत असतो ती आग, ती उष्णता कडब्यातील काही घटक जळून मिळते. हे घटक बनविण्यासाठी कडब्याचे ताट वाढत असताना ज्वारीच्या पानांनी सूर्यप्रकाशातील ऊर्जा गोळा करून शक्तिसंग्रह गोळा केलेला होता. आता ही उष्णता किती आहे

ते आपण ही उष्णता पाणी तापविण्यास वापरून मोजू शकू. (जसे पेलाभर पाणी उकळू शकेल एवढी उष्णता होती इ.) असेच काटेकोर अभ्यास करून शास्त्रज्ञ एक किलो ज्वारी एक किलो कडबा बनण्यास सूर्याकडून किती ऊर्जा (किती शक्ती) गोळा केली पाहिजे, हे निश्चित मोजण्यास सांगू शकतात.

आता हा कडबा अनेक रीतींनी जाळता येईल. कमी हवा पुरवित धुमसून जाळल्यास धूर निर्माण होतो व हा धूर म्हणजेच हवेत न जळता जाणारे कार्बनचे कण होत. भांड्यावर या धुराचे थर जमले तर आपण त्याला काजळी म्हणतो. कडबा जळल्यावर पण काही भाग शिल्लक राहते. तो म्हणजे कडब्यातील न जळलेल्या पेशींचा त्यांच्या आवरणासह असणारा ढीग.

पण, आपण हा कडबा लोहाराच्या भात्याने अथवा फुंकणीने हवा पुरवित पूर्ण जाळावयाचे ठरवले तर हा पेशींचा काळा भाग न राहता फक्त राखच शिल्लक राहते; कारण पेशींचे आवरण कार्बन घटक वापरून बनलेले असते. तो कार्बन, फुंकणीवाटे पुरविलेला हवेतील ऑक्सिजन वापरून कार्बन-डाय-ऑक्साइड वायू बनून निघून जातो. ते तसे वायुरूप झालेले घटक आपणास दिसत नाहीत. फक्त खाली त्या पेशीच्या घडणीसाठी व पेशीच्या पोकळ्यांमध्ये वापरलेली राख तेवढी मग शिल्लक राहते. लोहाराच्या अगर कल्हईवाल्याच्या भात्यामध्ये हवा पुरवून कडबा जळत गेला तर निळसर लालसर ज्योतीत तो कडबा पूर्ण जळून फक्त राखच तेवढी बाकी राहील. लालसर ज्योतीत कार्बनचे तापलेले कण असतात; पण त्यांना अधिक ऑक्सिजन पुरविला तर पूर्ण जळून जातात व प्रखर उष्णतेची निळसर ज्योत मिळते.

पाच किलो ओला कडबा सुकताच सरासरी एक किलो म्हणजे मूळ वजनाच्या १/५ वजनाचा होतो व पुन्हा हा किलो कडबा जाळला तर सुमारे ५० ग्रॅम राख उरते. म्हणजे मूळचा पाच किलो ओला कडबा बनविण्यास कडब्याने त्याच्या वाढीच्या काळात जमिनीतील मूलद्रव्यांचे एक टक्का वजनाएवढेच घटक गोळा केले होते. याचाच उलटा अर्थ ज्वारीच्या नव्या रोपांना परत ही ५० ग्रॅम राख पुरविली, तर हवेतील कार्बन-डाय-ऑक्साइड वायू व सूर्यप्रकाश, मुळांवाटे येणारे पाणी मिळून पाच किलो ओला कडबा बनेल; म्हणजेच एक किलो सुका कडबा बनेल. ओल्या कडब्यात जी राख असते ती राख सुक्या कडब्यात पाच टक्के भरते इतकेच; कारण कडबा सुकताना ८० टक्के पाणी उडून जाते.

आपल्या जमिनीचे पिकाशी असलेले नेमके नाते समजण्यास हा असा राखेचा अभ्यास उपयोगी ठरेल. भोपळा वगैरे वेलींचे सुके वजन मूळ ओल्या वजनाच्या १/२० पण भरत नाही व सुक्या वजनाच्या पाच टक्केच राख भोपळ्याच्या वेलींना लागते, हे एकदा समजले तर पाच लिटरच्या मडकाभर मातीत कलिंगड अगर

भोपळे (लाल, दुधी), दोडकी इत्यादी पिके गच्चीवर पण हुकमी कशी घेता येतील ते समजू शकेल. किंबहुना, फक्त मुरमाच्या ढिगावर देखील टोमॅटो, भोपळे आदी भाज्या कशा जोमाने वाढतात, त्यातील संदर्भ आपणास कळून आल्याने आपल्या परसदारी अशी आपल्या उपयोगाची अनेक पिके पडीक मातीत पण जरा योग्य हुशारी दाखवून आपण हवी तेवढी वाढवू शकू. हिवाळ्यात शेकोटीमध्ये आपण जळत असलेला काडी-कचरा आपणाला जी ऊब पुरवीत असतो ती या ना त्या वनस्पतींनी त्यांच्या जीवनक्रमात सूर्यकिरणांशी हातमिळवणी करून व हवेतील दहा लाखांत ३०० भाग इतक्या अल्प प्रमाणातील कार्बन-डाय-ऑक्साइड वायू कणाकणांनी गोळा करून आपल्या ऐन वापरासाठी हजर ठेवलेला असतो. आपल्या परिसराची ही निसर्गदत्त देणगी आपण नव्या रसिकतेने मग समजून घेऊ शकू. परिसराचे हे ऋण परिसराला हितकारक स्वरूपात आपण कसे परत करू शकू ते पण ओळखून त्यासाठी जाणीवपूर्वक प्रयत्न करू शकू.

नवे हिशेब

झाडावाटे जमिनीतून गोळा होणारी राख आपणाला अनेक हिशोब पुरवीत असते. या राखेतील प्रत्येक घटकांचे प्रमाण ठरावीक का असावे, काही घटक राखेत टक्केवारीने अधिक प्रमाणात का असतात, काहींचे प्रमाण जवळजवळ अगदीच नगण्य असूनही ते घटक झाड का निर्माण करते ही उलाढाल आपल्याला आपल्या पीकवाढीच्या संदर्भात फार मोठी मदत करते. चांगल्या जोमदार वाढलेल्या वनस्पतीतील राख, मध्यम, जोमदार वनस्पतीतील राख, नीट वाढ न होणाऱ्या वनस्पतीतील राख अशी तुलना करून आपणास वनस्पतीतील एकूण उलाढालीचा तोल कसा सावरता व सुधारता येईल ते समजू शकते. अलीकडे वनस्पतीच्या वाढीच्या विविध अवस्थांत वनस्पतींच्या काही भागांत, पानांत, देठांत असणारे हे राखेवाटे गोळा होणारे अंश तपासता येतात; यावरून त्या वनस्पतीची कोणत्या रीतीने उपासमार होत आहे अगर कोणत्या गोष्टी जादा झाल्याने वनस्पतींना विषारी बाधा होत आहे ते समजू शकते. उलट 'जलशेती' किंवा 'वायू शेती' या तत्त्वात फक्त वाळूत रोपे लावून किंवा दमट हवेत (काचघरात) रोपे टांगून त्यांच्या मुळावर योग्य प्रकारचे अन्नघटक योग्य त्या पी.पी.एम.मध्ये फवारून जमिनीतील वनस्पतीच्या वाढीच्या कितीतरी पट जोमदार वाढ करून घेता येते. तसेच प्रयोगशाळेत रोपे वाढवून त्यांना एक-दोन अन्नघटक वगळून, कमी अगर जादा देऊन त्यांचे वनस्पतीवर होणारे परिणाम पण समजून घेता येतात. याचे अधिक विवेचन या लेखमालेत यथाकाल अधिक तपशिलाने होणार आहे.

सौर ऊर्जेतील 'प्रकाश-शक्ती'चा वापर करून पानातील हरितद्रव्य विविध

अन्नघटक बनविण्यासाठी लागणारी पायाभूत ग्लुकोज साखर बनवते याचा बराच तपशील या पूर्वीच्या लेखांकात आपण समजून घेतलेला आहे; पण आपल्या दारात सूर्य रोज किती सौर-ऊर्जा आणून ओतत असतो तो हिशेब आपण या लेखांकात नीट समजून घेणार आहोत. सूर्याकडून आपणाकडे येणारी शक्ती ही लाटारूप स्वरूपात येत असते. या लाटांतील 'तानापिहिनिपाजा' या सूत्रातील तांबडे, नारिंगी, पिवळे, हिरवे, निळे, पारवे व जांभळे रंग जाणीव देणाऱ्या लाटा तेवढ्या आपल्या डोळ्यांना समजतात. या लाटांची लांबी पण आता आपणाला अगदी अचूक मोजता येते. सेंटिमीटरचे दहा लाख किंवा शंभर कोटी एवढे बारीक भाग केले तर त्या मापनपट्टीवर या किरणांची ही लांबी आपण सांगू शकतो. यातील जांभळ्या किरणांच्या लाटा कमी लांबीच्या तर 'तानापिहिनिपाजा'मधील 'जा' पूर्वीच्या किरणांतील लाटा त्याहून क्रमाने अधिकाधिक लांबीच्या होत गेलेल्या असतात.

पण आपल्या डोळ्यांना न दिसणाऱ्या लाल रंगाहून लांब लाटा असलेल्या किरणांचा अभ्यास प्रयोगसाधनांचा वापर करून आपण करू शकतो. या अति लाल लाटा आपणास डोळ्यांनी समजत नाहीत; पण आपल्या त्वचेवाटे आपणाला त्यांचे ज्ञान होते; कारण त्या लाटा उष्णता निर्माण करणाऱ्या किरणांच्या असतात. लाटांचे हे सर्वच शास्त्र जरा चिकित्सक बुद्धी ठेवून आपण समजून घेतले पाहिजे. रेडिओच्या लाटा अगर आपल्या शरीराच्या आतील फोटो घेण्यासाठी डॉक्टर्स जे क्ष-किरण यंत्र वापरतात त्यातील क्ष-किरण लाटा या सर्व लाटा कमी-अधिक लांबीच्या असल्या तरी एकाच जातीच्या आहेत. या सर्व लाटा या विश्वामध्ये भरून असलेल्या एका विशिष्ट माध्यमातून अतिवेगाने सर्व दिशांना विस्तारत असतात. या माध्यमाचे स्वरूप विद्युतचुंबकीय आहे, म्हणून या माध्यमाला विद्युत-लोहचुंबकीय क्षेत्र म्हणतात.

या लाटांचा वेग सेकंदाला तीन लाख किलोमीटर एवढा असल्यानेच जगात कोठेही प्रक्षेपित होणारा रेडिओ अगर टी.व्ही. कार्यक्रम क्षणात जगात सर्व ठिकाणी प्रक्षेपित होतो आणि लगेच रेडिओ व टी.व्ही.वर योग्य मीटरवर वा चॅनेलवर पाहता येतो.

सूर्याकडून येणाऱ्या सौर-ऊर्जेचे मोजमाप करण्यासाठी आपणास वर दिलेला 'प्रकाशलाटा' व 'उष्णतालाटा' यांचा संबंध माहीत पाहिजे. सूर्याकडून येणारी सौर-ऊर्जा पृथ्वीवर पडली की काही वेळाने पृथ्वी तापू लागते. याचे कारण पृथ्वीवर आदळणाऱ्या सौर-ऊर्जेतील प्रकाशलाटांची मूळची लांबी वाढते व त्या उष्णतेच्या लाटा बनतात. या लाटा ज्या ज्या प्रकारच्या अणूवर आदळतात (पत्रा, लाकूड, दगड, पाणी) त्या त्या अणुप्रकाराप्रमाणे ते पदार्थ कमी-अधिक तापतात. सूर्यशक्तीचे मोजमाप करण्यास हा संदर्भ आता आपण चांगला वापरू शकतो.

चटकन तापणारा, जाड पत्र्याचा अगर फरशीचा, योग्य आकाराचा तुकडा घ्यावा. या तुकड्याचा आकार एक फूट लांब व एक फूट रुंद एवढा हवा. हा भाग एक चौरस फूट क्षेत्रफळाचा झाला. सूर्यप्रकाश पडला की, प्रकाशकिरणांच्या लाटांची लांबी वाढून ते किरण उष्णतेचे किरण बनतात. यामुळे तो पत्रा अगर फरशी चणचणीत तापते. आता या तापलेल्या पत्र्यावर दुपारच्या वेळी चमचा दोन चमचे पाणी शिंपडावे व त्या पाण्याची किती मिनिटांत (सेकंदांत) वाफ होते ते पाहावे. या रीतीने आठ-दहा चमच्यांएवढ्या पाण्याची वाफ होण्यास किती वेळ लागेल ते सहज ठरविता येते. सूर्यप्रकाश १२ तास पडतो, असे धरले तर १२ तासांत म्हणजे ७२० मिनिटांत एक चौरस फूट जागेवर पडलेला सूर्यप्रकाश किती पाण्याची वाफ करील ते स्थूलपणे मग आपण ठरवू शकू. काटेकोरपणे याबाबत प्रयोग केले तर आपल्या एक चौरस फूट जागेवर दिवसाला सहज दोन लिटर पाण्याची वाफ होऊ शकेल हे दाखविता येते.

आकृत्यांचा तपशील

१) प्रकाश लाटांनी पडतो.
२) औरस चौरस ३० सेंटिमीटर जागेतील दोन लिटर पाण्याची वाफ दिवसांत सहज होते.
३) दोन लिटर पाण्याची वाफ करण्यास किती जळण लागते ते पाहणे.
४) दोन लिटर पाण्याची वाफ करण्यास किती रॉकेल लागते ते पाहणे.
५) दहा चौरस फूट जागेवर पडणारा सर्व सूर्यप्रकाश रोज गोळा केला तर त्यामुळे रोज पाच माणसांच्या कुटुंबाला पुरेल एवढे अन्न मिळते.
६) दहा आर जागेवर पाच माणसांच्या कुटुंबाचा सर्व खर्च भागेल एवढे उत्पन्न मिळते.

१) १ आर जागेतील सूर्यशक्ती गोळा करून वर्षभर पुरणारे अन्न मिळेल. २) २ आर जागेत जळण मिळेल. ३) तिसऱ्या आर जागेत कपड्यापुरते पैसे मिळतील. ४) चौथ्या आर जागेत विक्रीसाठी दूध. ५) पाचव्या आर जागेत फळे. ६) सहाव्या आर जागेत पावसाचे पाणी साठविणे. ७) सातवा आर – खेळाचे मैदान. ८) आठवा आर इतर साठवण व ९) दहावा आर घरासाठी जागा.

(१), (२), (३) आकृतीवरून एक चौरस फूट जागेवर पडलेल्या सूर्यप्रकाशाचा पूर्ण वापर केला तर किती किलो काटुक-फाटी बनविता येईल ते कळू शकेल.

काटुक-फाटीऐवजी एकदा सूर्यप्रकाश वापरून ज्वारी, गहू, शेंगदाणे, ऊस इ.

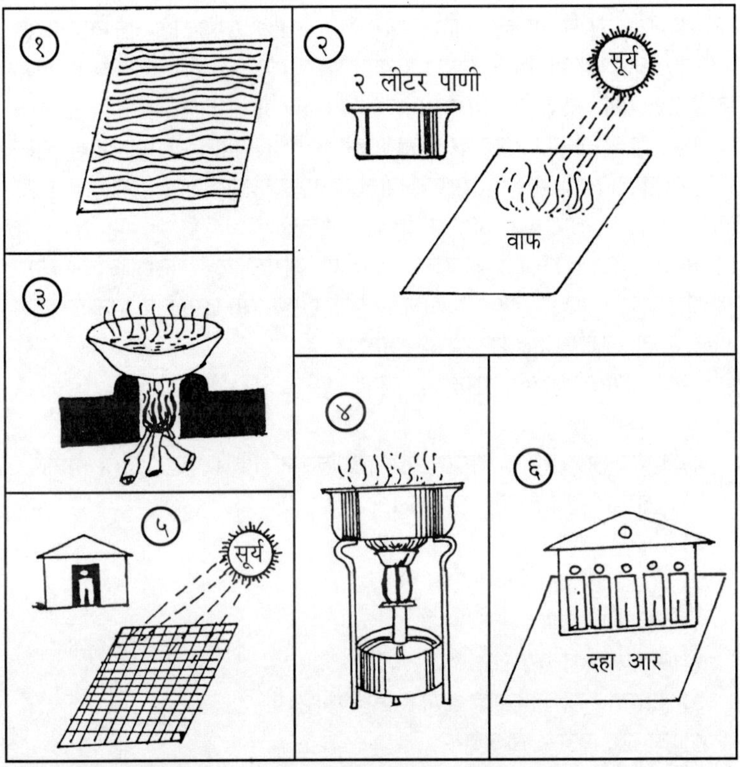

कोणतेही पीक घेतले तरी ते या मापातच बनले पाहिजे.

शास्त्रीय भाषेत हा विचार मांडण्यापूर्वी सोप्या भाषेत हा विचार मांडावयाचा तर आपण एक चौरस फूट जागेवरील एक दिवसाचा सूर्यप्रकाश गोळा केला तर एका माणसाच्या एका वेळच्या जेवणाला लागणारे सर्व पदार्थ त्यात बनवितात यावेत व अशी दोन चौरस फूट जागा असली व तेथे पडणारा दिवसाचा सूर्यप्रकाश गोळा केला तर एका माणसाचे दोन वेळचे पूर्ण जेवण मिळू शकेल. म्हणजे पाच माणसांच्या कुटुंबासाठी दहा चौरस फूट जागेवरील सूर्यप्रकाश वापरून सर्व अन्न मिळविता यावेच.

सूर्यप्रकाशातून हे अन्न बनविण्याचे काम विविध वनस्पती खाऊन वाढणारे प्राणी, मासे, कोंबडी, बकरे, गाई इ. करतात.

दहा चौरस फूट जागेवर पडणारा सर्व सूर्यप्रकाश रोज गोळा केला तर त्यामुळे रोज पाच माणसांच्या कुटुंबाला पूर्ण अन्न पुरेल.

पण, वनस्पती सूर्यप्रकाश गोळा करतात व वनस्पतींना एक दिवसातील सर्व

सूर्यप्रकाश गोळा करता येत नाही. फक्त एक टक्का सूर्यप्रकाश वनस्पती गोळा करतात. काही प्रकाशाने हवा तापणे इत्यादी प्रकार होतात व हा जमिनीवर पडलेला सूर्यप्रकाश रात्री परावर्तित होत परत अनंत विश्वात निघून जात असतो.

पण, एक टक्का सूर्यप्रकाश पकडून जरी आपणाला पाच माणसांच्या कुटुंबाला सर्व अन्न पुरवावयाचे म्हटले तरी मूळच्या दहा चौरस फुटांऐवजी त्याच्या १०० पट म्हणजे १००० चौरसफूट अगर गुंठा जागा पुरेल.

गरिबी हटविण्यासाठी आपल्या घरादाराशेजारील एक गुंठा पडीक जागेत पडणारा सूर्यप्रकाश पकडण्याचे शास्त्र आपण मोठ्या अभ्यासाने व प्रयत्नाने करू शकू. ते या लेखांकात क्रमाने येणार आहे.

पाच माणसांच्या एका गरीब कुटुंबाला –

१) एक गुंठा जागेतील सूर्यशक्ती गोळा करून वर्षभर पुरणारे अन्न मिळेल.
२) दुसऱ्या गुंठ्यात जळण मिळेल.
३) तिसऱ्या गुंठ्यात कपडे मिळतील.
४) चौथ्या गुंठ्यात विक्रीसाठी दूध.
५) पाचव्या गुंठ्यात फळे आदी.
६) सहावा गुंठा घरासाठी.
७) सातवा गुंठा पावसाचे पाणी साठविण्यासाठी.
८) आठवा गुंठा खेळ मैदान.
९) नववा गुंठा इतर साठवण.
१०) दहावा गुंठा कार्यशाळा, प्राणिशाळा.

अशा रीतीने दहा गुंठ्यांतील रोजचा सूर्यप्रकाश वापरून अन्न, वस्त्र, निवारा, जळण, चारा, बाजारवस्तू इ. अनेक गोष्टी घरपोहोच मिळतील.

नवी वैज्ञानिक साक्षरता

१) शास्त्रीय भाषेत एक लिटर पाण्याची वाफ होण्यास ६०० किलो कॅलरी शक्ती लागते असे म्हणतात. (कॅलरी हे उष्णता शक्ती मोजण्याचे माप आहे. ते माप काही व्याख्येने ठरते. जसे वजन मोजण्याची मापे असतात, अंतर मोजण्याची किलोमीटर इ. मापे, तसेच हे माप आहे.)
२) म्हणून दोन लिटर पाण्याची पूर्ण वाफ करण्यास २ × ६०० = १२०० किलो कॅलरी शक्ती लागेल व आपण एक वेळचे जेवण घेऊन अन्नातून

१२०० किलो कॅलरी शक्ती जवळपास शक्ती मिळविणे जरूर असते.

३) रोज प्रत्येक माणसाला (दोन जेवणांना) सुमारे २५०० किलो कॅलरी शक्ती मिळाली पाहिजे, असे आपण रेशनिंग आदी संदर्भात शिकत असतो ते आता अधिक चांगले कळेल.

४) या उलट आपण कोणासाठी १/३ दिवस म्हणजे ८ तास काम केले तर २४००/३ = ८०० कॅलरीज खर्च केलेल्या असतात. तेवढ्या कॅलरी लक्षात घेऊन व इतर गरजा लक्षात घेऊन पगार ठरले पाहिजेत, ते मग समजू शकेल.

५) सूर्यकिरण येताना प्रकाशरूप लाटा लांबीच्या असतात. मग जमिनीवर पडताच लाटांची लांबी वाढल्याने उष्णतेचे किरण बनतात, तर रात्री सूर्य नसतो तेव्हा या विश्वात दूरवर पसरलेली अज्ञात पोकळी आपल्या बाजूकडील पृथ्वीपेक्षा थंड असल्याने त्या भागात पृथ्वीकडे आलेल्या पण धरून न ठेवलेल्या सूर्यशक्तीचा भाग परत निघून जातो. (कारण उष्णता गरम भागाकडून थंड भागाकडे सतत निघून जाते.) यामध्ये नदी व समुद्रातील पाण्याची वाफ होते. त्यात उष्णता राखून ठेवण्यात यशस्वी होते. काही साठलेली असते. वादळे, वारा यातील शक्तीमधून येते. पावसाने उंचावर नेऊन पोहोचविलेल्या पाण्यात हीच शक्ती असते. ते पाणी फिरविण्यास वापरून आपण जलविद्युत वीज (शक्ती) मिळवतो. आपल्या दारातच मग हे का शक्य होऊ नये?

वनस्पतींची अधिक चांगली ओळख

सूर्यशक्ती, कार्बन-डाय-ऑक्साइड वायू व पाणी यांचे हरितद्रव्यावाटे संश्लेषण होऊन अन्ननिर्मिती होते. या जगातील सर्व सेंद्रिय शक्तिसंग्रहाचे आद्य स्थान वनस्पतीवाटे बनवली जाणारी 'सी-३' शर्करा आहे; पण काही वनस्पती 'सी-३' प्रमाणेच 'सी-४' शर्करादेखील बनवितात, तर काही दोन्ही प्रकारच्या शर्करा बनवितात.

♣

हरितसृष्टीचे दोन गट

या जगातील सर्व सेंद्रिय शक्तिसंग्रहाचे आद्य स्थान वनस्पतीवाटे बनविली जाणारी तीन कार्बनची शर्करा आहे. या शर्करेच्या निर्मितीनंतर लगेचच सहा कार्बनची शर्करा बनविली जाते. तसेच, त्या निर्मितीपाठोपाठच अनेक नत्राम्ले, सेंद्रिय आम्ले, प्रकिण्वे इ. बनून क्रमाक्रमाने सजीव सृष्टीचा जीवनव्यवहार कार्यान्वित होतो. सूर्यशक्ती, कार्बन-डाय-ऑक्साइड वायू व पाणी यांचे हरितद्रव्यावाटे संश्लेषण होऊन पाहिली अन्ननिर्मिती होते. आजपर्यंत मानवाला या निर्मितीव्यवस्थेतील अज्ञात असणारी कार्यतत्त्वे विविध शास्त्रज्ञांनी क्रमाक्रमाने कशी उलगडून दाखविली त्याची थोडी ओळख यापूर्वीच्या दोन लेखांकांतून आपण करून घेतली. काही वनस्पतींना या तीन कार्बन पद्धतींनी शर्करा बनवण्याऐवजी चार कार्बन पद्धतीने पण शर्करा बनविता येते, असे अगदी अलीकडे केलेल्या नव्या संशोधनातून स्पष्ट झाले आहे. पहिल्या पद्धतीने साखर बनविणाऱ्या वनस्पतींना 'सी ३' गटातील वनस्पती तर दुसऱ्या प्रकारच्या गटातील वनस्पतींना चार कार्बनचा मार्ग पण वापरणाऱ्या वनस्पती म्हणजे 'सी ४' वनस्पती असे म्हणतात. गंमत म्हणजे काही वनस्पती फक्त 'सी ४' पद्धतच वापरतात, तर काही वनस्पती 'सी ३' व 'सी ४' पद्धती पण वापरत

असतात. शिवाय आणखी एका रीतीने वनस्पतींना पूर्ण काळोखात पण अन्न बनविता येते. यामुळे सूर्यास्तानंतर पण अशा वनस्पती अधिक अन्ननिर्मितीचे कार्य चालू ठेवू शकतात.

निवडुंगासारख्या वनस्पती अतिशय मंद गतीने वाढत असतात. शिवाय अगदी कमी पाण्याच्या प्रदेशात या वनस्पती न कोमेजता ताज्या, टवटवीत राहतात. आपल्या घरातील शोभेचे निवडुंग फक्त दगडावाळूत वा वीट व सेंद्रिय खत यात महिनामहिना पाणी न पुरवता पण सावलीत छान वाढत असते. या वनस्पतींचा अभ्यास करताना या दिवसा आपली पर्णछिद्रे बंद ठेवतात; त्यामुळे या छिद्रावाटे होणारे बाष्पीभवन आपोआप बंद होते, तसेच या वनस्पतीतील हरितद्रव्ये ही जेलीसारख्या (थलथलीत) माध्यमात असल्याने या वनस्पतीतील ओलेपणा लगेच उडून जात नाही. त्यात पाणी अतिशय प्रभावीपणे धरून ठेवलेले असते. रात्रीच्या वेळी निवडुंगासारख्या या वनस्पती आपली पर्णछिद्रे उघडी टाकतात. या उघड्या छिद्रांतून हवेतील कार्बन-डाय-ऑक्साइड वायू घेऊन त्यापासून 'सी ४' पद्धतीने आपणासाठी लागणारे अन्न तयार करतात; पण अन्न बनविण्याचा वेग बराच मंद असल्याने या वनस्पतींची वाढ पण अतिशय मंदपणे चालू असते.

या उलट 'ऊस', 'मका' यांसारख्या वनस्पतींना 'सी ३' व 'सी ४' या दोन्ही पद्धतींनी अन्न बनविता येत असल्याने अशा वनस्पती सी-३ गटातील फळझाडाच्या तुलनेने (द्राक्ष, आंबा इ.) जवळजवळ दीडपट ते दुप्पट वेगाने अन्न बनवित असतात. या कारणाने सी ४ गटातील वनस्पतींवाटे 'सेंद्रिय स्वरूपातील रासायनिक शक्तिसंग्रह' हा फार झपाट्याने होत असतो. मक्याचे ताट झपाट्याने कसे वाढू शकते याचा उलगडा या अभ्यासाने चांगला होऊ शकतो. तसेच उसासारख्या पिकात एकरी वर्षामध्ये १०० टनांवर उत्पादन (म्हणजे दर चौरस फुटाला २॥ किलोवर) घेणे, हा प्रत्येक बागायतदाराचा 'नैसर्गिक हक्कच' आहे; पण आपणच आपल्या आळशीपणाने ही यंत्रणा अगदीच बेपर्वाईने हाताळतो व उसाचा एकरी २०-३० टनांचा पण उतारा पडत नाही; म्हणून तर वृथा आपल्या कपाळाला हात लावून नशिबाला बोल लावीत असतो.

'सी ३' व 'सी ४' यांबाबत अधिक नेमके मर्मग्रहण होण्यास पुढील काही तपशील आपण आत्मसात केला पाहिजे. 'सी ३' मध्ये एका बाजूने कार्बन-डाय-ऑक्साइड वायू पानातील छिद्रांवर गोळा करून त्यापासून प्रथम तीन कार्बनची साखर व नंतर त्यापासून सहा कार्बनची 'ग्लुकोज' ही साखर बनत असते. जेवढा कार्बन-डाय-ऑक्साइड वायू अन्न बनवण्यास वापरला जातो, तेवढाच ऑक्सिजन वायू निर्माण होऊन तो पानांच्या छिद्रावाटे हवेला परत दिला जातो. अशा रीतीने 'सूर्यप्रकाशात' हिरवी पाने हवेतील कार्बन-डाय-ऑक्साइड हा वायू कमी करून

ऑक्सिजन-प्राणवायू पुरवीत असल्याने आपल्या परिसरातील हवा शुद्ध, प्राणवायूयुक्त राहत असते.

पण, वनस्पती या स्वत: सजीव असल्याने त्यांना आपल्या जीवनक्रमासाठी अन्नघटकांचे ज्वलन करून शक्ती मिळवावी लागते व त्या प्रक्रियेत आपणाप्रमाणेच वनस्पती पण कार्बन-डाय-ऑक्साइड निर्माण करून हवा अशुद्ध करत असतात. म्हणजे एका बाजूने कार्बन-डाय-ऑक्साइड वापरून, अन्न बनवून ऑक्सिजन मुक्त करून हवा शुद्ध करीत असतात, तर त्याच वेळी दुसऱ्या बाजूने स्वत:साठी अन्नघटक वापरून, कार्बन-डाय-ऑक्साइड बनवून हवा अशुद्ध करीत असतात. रात्री मात्र वनस्पती कार्बन-डाय-ऑक्साइड वायूच फक्त निर्माण करीत असतात.

या कारणाने रात्री मोठ्या झाडाखाली झोपू नये. झोपेत छातीवर दडपण येऊन भुताखेतांची स्वप्ने पडतात, गावाबाहेरील चिंचेच्या बनातून रात्री उशिरा आले तर असेच भास होतात, या पारंपरिक समजुतीमागे काही अतिसंवेदनाक्षम वा दमेकरी व्यक्तींना तेथील वाढती अशुद्ध हवा हीच असे भास करीत असेल, असा नेमका शास्त्रीय 'भ्रमनिरास' आता होऊ शकतो.

'सी ४' वनस्पती मात्र याबाबतीत अधिक बिलंदर आहेत. श्वसनाच्या क्रियेमध्ये ज्या घडामोडी होत असतात, त्यात सरतेशेवटी कार्बन-डाय-ऑक्साइड बनतो; पण त्या अगोदर अनेक चक्राकार रासायनिक घडामोडी व्हाव्या लागतात. या घडामोडींतील अर्ध्या रस्त्यावरच तयार होणारे 'सी ४' गट नवीन अन्न बनविण्यास वापरून त्या वनस्पती पुन्हा त्या मार्गाने अन्ननिर्मितीची एक नवी साखळी सुरू करतात व अशी दुहेरी अन्ननिर्मिती करून 'अन्नं बहुकुर्वित', 'तत व्रतम्' या प्राचीन उपनिषदकालीन आदेशाची जणू कार्यवाहीच करीत असतात.

एका रीतीने 'सी ४' वनस्पती या पानावाटे इतर वनस्पतींपेक्षा जास्त ऑक्सिजन वायू हवेमध्ये पाठवीत असतात असे म्हणता येईल. देवळाजवळ पारावर पिंपळ हा वृक्ष सर्वाधिक हवा शुद्ध राखतो ही पारंपरिक समजूत या संदर्भात शास्त्रीयदृष्ट्या तपासून पाहता यावी व हा जर 'सी ४' जातीचा वृक्ष असेल तर असे इतरही अनेक 'सी ४' जातीचे वृक्ष कोणते आहेत, त्यांचा अभ्यास करून प्रदूषणविरुद्ध अशा वृक्षांचा कसा उपयोग करता येईल ते पण परिसर संतुलनाच्या दृष्टीने अभ्यासता येईल.

अलीकडे वनस्पती आपल्या मुळ्यांवाटे पण अन्न बनवू शकतात, असा आणखीन एक नवा धक्कादायक अभ्यास पुढे आलेला आहे. एकूण अन्ननिर्मितीमध्ये या प्रकारे बनवलेले अन्न हे अगदीच अल्प मात्रेत असते. कदाचित काही प्रसंगी वनस्पतींच्या फक्त मुळ्याच उरल्या तरी अशा बिकट परिस्थितीतूनही परत वनस्पतीची पूर्ण नवी वाढ होणे यामुळे शक्य होऊ शकेल.

वनस्पती पानावाटे अन्न बनवितात; पण त्याच वेळी पानातील श्वसनाने अन्न खर्च पण करतात, हा एक नवा बारकावा आपण वरील चर्चेत समजून घेतला. बटाट्याच्या रोपाची पाने ही अतिशय पातळ असतात. त्यात हरितद्रव्याचा पातळ थर असतो. कडक उष्ण तापमानात त्यातील 'प्रकाश श्वसनक्रिया' (फोटोरेस्पिरेशन) ही अन्न बनवण्याच्या क्रियेपेक्षा झपाट्याने होत असल्याने उन्हाळ्यात बटाटे लावले तर जमिनीत बटाटे पोसू शकत नाहीत; परंतु थंड हवामानात अन्न बनविण्याची क्रिया ही वरीलप्रमाणे श्वसनात अन्न खर्च होण्याच्या क्रियेपेक्षा अधिक क्रियाशील असते, म्हणून हिवाळ्यामध्ये बटाटे लावले तर जमिनीमध्ये तयार होणारे बटाटे या राखीव अन्नसाठ्यामुळे उत्तम पोसू शकतात. अशीच दुसरी एक महत्त्वाची गोष्ट दुष्काळी भागातील कृषी उत्पादकांनी चांगली समजून घेतली पाहिजे. कडक उन्हात जमिनीत कमी पाणी असल्यास वनस्पतींची पाने दुपारी कोमजेल्यासारखी होतात. सायंकाळ होताच ही पाने परत हिरवी टवटवीत होतात. खरे पाहता कडक उन्हात वनस्पतीतील हरितद्रव्यांना अन्न बनवता येत नसते. म्हणजे ११॥ ते २ या काळात अशा हवामानात पाने अन्न बनवणार नाहीत अशा वेळी पाने कोमेजल्यासारखी होतात. म्हणजे पानामागील छिद्रांच्या खिडक्या बंद होतात व पानातील असलेले बाष्प चांगल्या रीतीने टिकवून ठेवले जाते. म्हणून कमी पाणी असणाऱ्या जागेतील बागांची वनस्पतींची पाने दुपारपुरतीच जर कोमेजत असतील तर ज्या बागेतील पाने पुरेशा पाण्यामुळे कोमेजलेली नाहीत त्या बागेएवढेच, कदाचित जरा जास्तच उत्पादन देतील.

'विपुलाच सृष्टी'चे वैपुल्य किती विविध मार्गांनी आपण संपादित करू शकू याबाबतचे वरील नवे विचार आपणाला आपल्या परिसराला युक्त असे नवे कृषी तंत्र-विज्ञान वाढीला लावण्यास मार्गदर्शन करू शकतील. जीन पेन या फ्रान्समधील प्रयोगवीराच्या कुजवलेल्या धाग्याच्या 'लिग्नोप्रोटीन' प्रयोगाबाबत पूर्वीच्या लेखमालेत आपण काही माहिती मिळवली आहे. त्याने भर ३७ अंश तापमान असणाऱ्या जागेत टोमॅटोला दुपारी टोमॅटोची पान कोमेजली तरी इतर पाणीपुरवठा न करता भरभक्कम टोमॅटो पीक घेतले होते. हवेतील पाणी लिग्नोप्रोटीन रात्री गोळा करीत असे, टोमॅटोची पाने दुपारी माना टाकत. या झाडांना चारही बाजूने झोपडीवजा मांडवात वरून पाने ठेवून फक्त सावली पुरवलेली होती व दुपारी पाने करपणार नाहीत एवढी काळजी घेतली होती. द्राक्षतबागायतदारांना द्राक्षाच्या मांडवाखाली उन्हाळ्यात टोमॅटो घेण्याचा हा प्रयोग करून पाहता येईल. आधुनिक विज्ञानाने उपलब्ध केलेले असे कितीतरी नवे तपशील आपण या लेखमालेत क्रमाक्रमाने परिचयाचे करून घेणार आहोत.

पेशींची ‘सर्वंकष क्षमता’ टो.टी.ओ. पोटेन्सी

सजीव सृष्टीचा खरा परिचय हा सजीव सृष्टीचे आद्य घटक अभ्यासण्यानेच होऊ शकेल. सर्व सजीव सृष्टीचे आद्य घटक हे ‘पेशी’ या स्वरूपात अस्तित्वात येतात. प्रथम एकाच पेशीची निर्मिती होते व अनुकूल परिस्थितीत त्या पेशीच्या विभाजनाने एकाच्या दोन, दोनाच्या चार, चाराच्या सोळा अशा पटीत पेशींची संख्या वाढत जाते व अल्पावधीत आणखी पेशी तयार होतात. नंतर या पेशींचे विविध संघ बनतात व ते संघ सजीवांची विविध अंगे-उपांगे, अवयव बनत जात असतात. सामान्यपणे प्रत्येक माणसाच्या शरीरात सुमारे एक परार्ध (दशअब्ज कोटी) पेशी असतात. या पेशी संघाचे संघराज्य म्हणजे आपले एकूण जीवन होय! (वनस्पतीची एक पेशी कमी असते.) नंतर वनस्पतीसृष्टीमध्ये पेशीसंघ कसे बनतात व असे पेशीसंघ बनून वनस्पतीत मुळे, खोड, पाने, साल, फळे, फुले इ. भाग कसे वाढीला लागतात, हा सर्वच अभ्यास मोठा मौजेचा आहे. सर्वांत महत्त्वाची गोष्ट म्हणजे या मुळा-खोडात, पानात, फळात असणाऱ्या पेशीमध्ये पण पुन्हा मूळ झाड निर्माण करण्याची शक्ती काही काळ पूर्णपणे टिकून असते. अलीकडे या अभ्यासातून पेशीसंवर्धन (टिश्यू कल्चर) जास्त विकसित झाले असून, आता ते बरेच पूर्णावस्थेस पोहोचले आहे. वनस्पतीतील पेशींच्या या अंगभूत क्षमतेला शास्त्रज्ञांनी टो.टी.ओ. पोटेन्सी – ‘सर्वंकष क्षमता’ असे नाव दिले आहे.

पुढील लेखांकात या बाबत अधिक ओळख करून घेऊ.

नवी वैज्ञानिक साक्षरता

१. झाडावाटे अन्न बनवण्याचे दोन प्रमुख मार्ग आहेत. एका मार्गाला सी ३ (कार्बन तीन) मार्ग म्हणतात. दुसऱ्या मार्गाला सी ४ कार्बन चार मार्ग म्हणतात.
२. कार्बन ३ मार्ग हा हवेतील कार्बन-डाय-ऑक्साइड वायू घेऊन सूर्यप्रकाश शक्तीचा वापर पाण्याचे प्रकाश विश्लेषण (फोटोलिसिस) करण्यास वापरून अन्न बनवताना वापरता येतो व यातील एक क्रिया प्रकाशात व एक अंधारात होते.
३. कार्बन ४ मार्ग हा प्रकाश श्वसनक्रियेतील चार कार्बन असणारी संयुगे वापरून केला जातो. त्यामुळे या पद्धतीने अन्न बनवताना पाण्याचे प्रकाश विश्लेषण आवश्यक ठरत नसते.
४. फळझाडे ही सी ३ गटात येतात. ऊस, मका यांसारखी काही पिके सी ३ व ४ या दोन्ही पद्धतीने अन्न बनवू शकतात.

५. सर्व सजीवसृष्टी ही सुरुवातीस एक पेशीच असते. मग त्या एक पेशीच्या विभाजनाने अनेक पेशी बनतात. या अनेक पेशी मग ठरावीक प्रकारचे काम करणारे पेशीसंघ बनतात. यातून सजीवाची विविध उपांगे, अंगे, अवयव इ. बनत असतात. अशा पेशीसंघांना (टिश्यू) म्हणतात.

६. वनस्पतीतील कोणत्याही अंगा-उपांगात असणाऱ्या पेशीसंघातील पेशीमध्ये पुन्हा मूळ वनस्पती पूर्णपणे निर्माण करण्याची ताकद (क्षमता) असते. या ताकदीला 'सर्वंकष क्षमता' (टी.टी.ओ. पोटेन्सी) असे नाव आहे.

वाढ-नियंत्रकांची ओळख

सजीव सृष्टीतील सर्व जीवांची वाढ एकपेशीय अवस्थेतून होऊन त्यातून पुढे क्रमाक्रमाने विविध अवयव व विविध कार्यसंस्था विकसित होतात. त्याचप्रमाणे विविध वेळी शरीरात विविध रासायनिक द्रव्ये-वाढ-नियंत्रके तयार होतात ती अनेक जैविक व्यापारांना कारणीभूत असतात.

♣

वनस्पतीची कार्यपद्धती

वनस्पतीतील कार्यशक्तीबाबत काही विवरण लेखांक १६मध्ये आपण केले. तो अभ्यास आपण पुढील काही लेखांकांमध्ये अधिक तपशिलाने करणार आहोत; पण त्या चर्चेपूर्वी काही इतर 'कार्यगटांची' ओळख करून घेणार आहोत.

या सजीव सृष्टीतील सर्व सजीवांची वाढ एकपेशीय अवस्थेपासून होत पुढे त्यातून क्रमाक्रमाने विविध अवयव, विविध कार्यसंस्था असणारे भाग विकसित होतात व त्यातून त्या त्या सजीवांचे व्यक्तिजीवन विकसित होत असते. वनस्पतींमध्ये मुळे, खोड, पाने, फुले, फळे या रीतीने आपण त्याची विभागणी करतो. प्राणीसृष्टीत मज्जासंस्था, पचनसंस्था, उत्सर्गसंस्था, श्वसनसंस्था या व यांसारख्या इतर संस्था आईच्या पोटात प्रथम एकपेशी स्वरूपात करून सर्व प्राण्यांतर्फे केली जाते.

पण, या खेरीज आपल्या वाढीबरोबरच आपणाला मिश्या फुटणे, मुलांचे वयात येताच आवाज बदलणे असे अनेकविध बदल आपण पाहत असतो. हे बदल करणारी यंत्रणा आपल्या शरीरात काही ठरावीक जागी असते व काही रसायने निर्माण करून ती दूरवर पाठवून त्या रसायनातर्फे हे असे बदल शरीरामध्ये निर्माण केले जातात. दूध देणाऱ्या गाईने एकदम कमी दूध देण्यास सुरुवात केली तर

जाणकार व्यक्ती, प्रथम हा बदल काही दुग्धस्त्रावास मदत करणाऱ्या ग्रंथींना योग्य संदेश न मिळाल्याने होतो काय, याचा शोध घेते. कोंबड्यांनी अचानक कमी अंडी देण्यास सुरुवात करणे हे असेच या बाबतचे दुसरे उदाहरण देता येईल. फार काय, स्त्रियांमध्ये महिन्यातून काही दिवस जास्त चिडचिडेपणा, संताप, घुमेपणा, तुटकपणा वाढतो, तर काही दिवस त्या आनंदी, प्रेमळ, उत्साही असतात. अशी द्रव्ये काही कारणाने कमी अगर जास्त प्रमाणात निर्माण झाली तर त्याचे कमी-अधिक तीव्रतेचे परिणाम होतात. शास्त्रज्ञांनी अशा द्रव्यांना 'हार्मोन्स' अगर 'संजीवके' असे नाव दिले आहे.

अशा संजीवकाबाबतचा अभ्यास हा प्राणीसृष्टीत अगोदर झाला; कारण प्राण्यांच्या शरीरातील काही ग्रंथीच असे स्राव निर्माण करतात व त्या ग्रंथींना विकार झाला, ऑपरेशनने त्या ग्रंथी कमी केल्या तर त्याचे परिणाम (उंदीर आदी प्राण्यांवर) अभ्यासता येतात. उलट अशा प्राण्यांची ही द्रव्ये गोळा करून जास्त प्रमाणात टोचली तरी त्याचे बरे-वाईट परिणाम अभ्यासता येतात. अशाच प्रकारे 'वनस्पतीतील संजीवकांचा' अभ्यास सुरू होऊन मात्र आता पन्नासपेक्षा जास्त वर्षे लोटली आहेत. आता या संजीवकांना वाढ नियंत्रके असे अधिक योग्य नाव दिले आहे व दिवसेंदिवस या अभ्यासात आश्चर्यकारक भरही पडत आहे. प्रत्येक कृषी उत्पादकाने, तसेच छंदिष्ट वनस्पतीप्रेमी व्यक्तीने याबाबत सतत अधिकाधिक माहिती आत्मसात करण्यास धडपडले पाहिजे. १९३० ते १९५० या काळात फक्त एकाच वाढ-नियंत्रकाची माहिती होती. नंतरच्या दशकात आणखी दोन वाढ-नियंत्रकांची माहिती आली व त्या नंतरच्या दशकात आणखी दोन वाढ-नियंत्रकाची माहिती आली. आजतमितीला या सर्वांची संख्या पाच झालेली आहे. त्या गटांना क्रमाने १) ऑक्झिन गट २) जिब्रॅलीन गट ३) सायटोकायनीन गट ४) एथिलीन गट व ५) ॲबसेसिक ॲसिड आणि फेनॉलिक गट अशी शास्त्रीय परिभाषेतील नावे आहेत. इंग्रजीत इंग्रजी नावे बनत नसतात. आपल्याकडे 'जनी व हरी' नावे असली तर त्यांच्या नावाचे इंग्रजीत जेनी व हेन्री असे बदल आपण करीत नसतो. त्या प्रमाणेच वरील नावे आपण मूळ स्वरूपातच लक्षात ठेवणे फायद्याचे ठरते.

वाढ-नियंत्रकांची जरा अधिक ओळख

१) एथिलीन

एखादे बी जमिनीखाली प्रमाणाबाहेर खोल लावलेले असेल तर ते बी उगवताना त्याच्या अंकुराची मान जाड फुगलेली असते. जमिनीतून वर येताना अंकुराला वरची माती रेटता रेटता त्रास होऊ लागला की त्यांच्या पेशीतर्फे 'एथिलीन' हा वायू निर्माण

होतो व या वायूमुळे अंकुराचा नवीन वाढणारा भाग हा आडवा जाड होतो. जमिनीतून वर आलेले झाड वाऱ्यावर डोलत राहिले तर ते ज्या ठिकाणी वारा येताच वाकत असते त्या ठिकाणी जाड होते व हे काम त्या ठिकाणी तयार होणारा एथिलीन वायूच करीत असतो. उलट बटाट्यांना मोड आणण्यास हाच वायू मदत करतो. पूर्वी केळीचा घड तयार झाला की नाही हे पाहण्यास एखाद्या केळाला खुरपीने खाच मारण्याची पद्धत होती. या जखमेने त्या ठिकाणी एथिलीन वायू बनून फळाचा हिरवेपणा जाऊन त्याला पिकलेला पिवळेपणा येत असतो. अशाच कारणामुळे अढीतील एखादे फळ पिकले की त्यातून निर्माण होणारा एथिलीन इतर फळे पिकवत नेतो व बघता बघता अढी अंगावर येते. धुमसणाऱ्या धुराच्यामध्ये एथिलीन असल्याने पूर्वी भट्टी लावून केळी पिकवण्याची जी रीत होती ती उष्णतेमुळे नसून एथिलीन होती, हे लक्षात आले आहे. खाण्याची विड्याची पाने पाठवताना त्या पानामध्ये नाचणी टाकण्याची रीत होती. ती याच कारणाने की ती पाने पिकवण्यास मदत करी. पानाच्या गठ्ठ्यातील ओलीने व उबीने आतील नाचणी उगवू लागली की, ती नाचणी दडपलेली असल्याने एथिलीन निर्माण करते व पाने पिकून तयार रंगावर येतात. आंब्यांना लवकर व भरपूर मोहोर येण्यासाठी पूर्वी आंब्याच्या बागांत धूर करण्याची प्रथा होती. यातील एथिलीनमुळे मोहोर येण्यास प्रतिबंध करणारे घटक कमी होऊन मोहोर येण्यास मदत होत असे. जरा हुशारीने हे संदर्भ समजून घेऊन आता आपण आपल्या फायद्यासाठी ते वापरू शकलो पाहिजे. अननसाच्या मधल्या भागात कॅल्शियम कार्बाइड घालून एथिलीनचा एक दुसरा सगा-सोयरा ॲसिटिलीन वायूच्या मदतीने अननसाची फळे आपल्या सोयीप्रमाणे मागे-पुढे घेता येतात, हे तंत्र विकसित झाले आहे. उलट श्री. अनंतराव रणदिवे यांच्यासारख्या आंब्याच्या गाढ्या अभ्यासू व्यक्तीने उशिरा पाडावर आलेला माल वाहतुकीच्या अडचणीमुळे पाठवता येत नाही, म्हणून दरदिवशी ओल्या फडक्याने फळ पुसून तो माल सावकाश पिकवून योग्य काळी बाजारात उपलब्ध केला. वर वर्णन केल्याप्रमाणे या वाढ-नियंत्रकाच्या आपल्या वनस्पतीसृष्टीत किती अंगाने कार्यभाग चालू असतो ते 'गॅस क्रोमोटोग्राफी' या नव्या तंत्राने अधिक समजू लागले आहे; कारण या तंत्राने 'एक दशलक्षांश मिलिलिटर' इतक्या कमी प्रमाणातील घनफळ असणारा हा वायू पण मोजता व अभ्यासता येऊ लागला आहे.

२. ऑक्झिन गट

एथिलीनप्रमाणेच 'ऑक्झिन' गटातील वाढ-नियंत्रकांचे विविध परिणाम आपण नेहमी अनुभवत होतो; पण या ऑक्झिनची पहिली ओळख १९२८-१९३० या काळात झाली व नंतरच्या वीस वर्षांत या बाबतच्या अनेक प्रयोग-निष्कर्ष विविध

अंगांनी गोळा होत गेले. खरे पाहता वाढ-नियंत्रकाचा खरा अभ्यास या 'ऑक्झिन'च्या अभ्यासातून सर्वप्रथम झाला. उलट वर वर्णन केलेल्या एथिलीनच्या प्रभावाची खरी ओळख हा वायू अतिसूक्ष्म (मिलिलिटरच्या दशलक्षांश भाग) आकारमानातही मोजण्याचे 'गॅस क्रोमोटोग्राफी' तंत्र विकसित झाल्यावर अगदी अलीकडे होत आहे. सोयीसाठी या इथे प्रथम एथिलीन व नंतर ऑक्झिन अशी ओळख करून दिली असली तरी आपल्या परिचिर वाढ-नियंत्रकांत पहिला मान ऑक्झिनचा आहे हे पक्के लक्षात ठेवले पाहिजे.

ऑक्झिनच्या शोधाची कथा मोठी गमतीची आहे. वेन्ट हा छंदिष्ट आपल्या नोकरीखेरीजच्या इतर फावल्या वेळात (बहुधा उशिरा रात्रीच) आपल्या वडिलांच्या प्रयोगशाळेत आपले पण प्रयोग करीत असे. गहू आदी बी पेरले की, उगवताच पहिली पानाची सुरंगळी येण्यापूर्वी एक पांढरी पुरंगळी येते. या पुरंगळ्या सावलीच्या जागी उंच वाढत जातात. तसेच प्रकाश असेल त्या बाजूने वळत जातात. वेन्टने या पुरंगळीचे वरचे टोक कापले. हे टोक दोन-तीन मिलिमीटर एवढेच कापले. मग पुरंगळीला प्रकाशाच्या दिशेने वळता येईना. प्रकाशात अशा पुरंगळ्या दोन सें.मी. लांबीच्या असत. तर काळोखात या पुरंगळ्या सहज सहा सेंटिमीटर लांबीच्या होत. आपण नवरात्रात गहू आदी पेरून सावलीत ठेवतो तेव्हा येणारे अंकुर फिकट पांढरे व उंचच उंच असतात; पण याबाबत काही प्रयोग करावेत असे आपल्याला वाटत नाही. वरचे टोक कापले की, पुरंगळीला जसे प्रकाशाकडे वळता येईना, तसेच त्याला आपली लांबी वाढवता येईना. वेन्टने आपल्या प्रयोगात अशा काही पुरंगळ्या कापल्या व त्यातील काही वर दुसऱ्या कापलेल्या पुरंगळ्यांची टोके काळोखात ठेवली तर तेवढ्याच पुरंगळ्या परत प्रकाशाकडे वळू लागल्या. आपली लांबी वाढवू लागल्या. म्हणजे पुरंगळीच्या टोकात काहीतरी पदार्थ बनलेला होता व तो खाली वाहत वरील परिणाम दाखवत होता.

वेन्टला या प्रयोगयशाचा इतका आनंद झाला की, भल्या पहाटे आपल्या वडिलांना झोपेतून उठवून त्यांना ही वार्ता सांगितली. वडिलांना मात्र फाजील उत्साहात आपला मुलगा आपली उगीचच झोपमोड करतो असे वाटले. वेन्टने गव्हाऐवजी तेथील ओटचे बी वापरले होते; पण वेन्टचे प्रयोग आपणालाही गहू रोपे वापरून करून पाहावयास काहीच अडचण नाही. त्यानंतर वेन्टने तीन टक्के 'अगर' (मुसलमान लोक खिरी करताना हे पदार्थ वापरतात) असलेल्या पातळ पापुद्र्यावर ही टोके तासभर ठेवली व नंतर त्या पापुद्र्याचे बारीक ठोकळे पुरंगळीवर बसतील असे बनवून ते ठोकळे पुरंगळीवर ठेवले व त्या ठोकळ्यांमध्ये पुरंगळीच्या टोकातील द्रव्य वाहत गोळा झाले होते, हे दाखवून दिले. 'या प्रयोगाने ऑक्झिनचा अभ्यास करण्याची जैविक मोजमाप पद्धत' (बायोॲसे पद्धत) विकसित झाली. वनस्पतीशास्त्रातील

घडामोडींचे अतिशय रेखीव असे प्रायोगिक निर्णय या तंत्राने मग करता येऊ लागले.

वेन्टने केलेल्या खास प्रयोगात ठोकळा पुरंगळीच्या एकाच बाजूला अर्ध्यावरच ठेवल्यावर फक्त तेवढीच बाजू जोरात वाढल्याने पुरंगळीला त्याच्या विरुद्ध बाजूने बाक आला. या अशा अनेक प्रयोगात ऑक्झिनच्या कार्यपद्धतीचे कोडे झपाट्याने उलगडत गेले. या बाबतचा अतिशय चित्तवेधक तपशील या पुढच्या लेखांकात आपण समजून घेणार आहोत.

नवी वैज्ञानिक साक्षरता

(१) झाडामध्ये कार्य करणारे पाच वाढ-नियंत्रकाचे गट आपणाला माहीत झालेले आहेत.

(२) याच वाढ-नियंत्रकांचा त्यांच्या कार्यपद्धतीप्रमाणे चेतके, संप्रेरके, संजीवके व वाढ-विरोधक (प्रतिरोधक – रीटार्डट) अशी नावे आहेत.

(३) हे पाच गट १९३० ते १९७० पर्यंतच्या काळात परिचित झाले व त्यांच्या अभ्यासाची प्रथम 'जैविक मोजमाप' (बायोॲसे) पद्धत होती. आता 'क्रोमोटोग्राफी' या तंत्राने यातील तपशील अधिक नेमका स्पष्ट होत आहे.

(४) (अ) ऑक्झिन गट (ब) जिब्रॅलीन गट (क) सायटोकायनीन गट (ड) एथिलीन गट (इ) व ॲबसेसिक ॲसिड गट असे याचे पाच गट आहेत. ते आपल्या पूर्ण परिचयाचे करून घेतले पाहिजेत.

(५) हे गट एखादे ठरावीकच काम करत नाहीत. ते गट विविध स्वरूपाची कामे करतात व परस्परांच्यावर क्रिया-प्रक्रिया करत वनस्पतींच्या एकूण वाढीच्या व विकासाच्या कामास हातभार लावतात; पण चुकीच्या वेळी, चुकीच्या जागी, चुकीच्या प्रमाणात हे वनस्पतींना घातक ठरतात. उलट त्यांची योग्य वेळी, योग्य प्रकारे मदत घेत आपणास आपल्या उत्पादनात मोलाची भर घालता येते.

वाढ-नियंत्रकांची वाढती वाढ

पूर्वीच्या लेखांकाच्या शेवटी गहू, मका आदी गटातील रोप उगवताना त्यांना सुरुवातीला जी पांढरी पुरंगळी येते, त्यावर 'वेन्टने' केलेले काही प्रयोग आपण समजून घेतले. अशा रीतीने वनस्पतींमध्ये कार्य करणाऱ्या घटकांचे रासायनिक सूत्र पुढे शास्त्रज्ञांनी शोधून काढले व तो पदार्थ कृत्रिमरीत्या बनवण्यात यश मिळवले. वनस्पतीतच निर्माण होणाऱ्या या वाढनियंत्रकास त्यानी 'ऑक्झिन' असे नाव दिले.

♣

ऑक्झिन गटांची कार्यपद्धती

वेन्टच्या प्रयोगात हा ऑक्झिन पदार्थ वरून खाली जाऊ शकतो; पण खालून वर जाऊ शकत नाही ही पहिली गोष्ट लक्षात आली. हा पदार्थ नेहमी वनस्पतींच्या वाढणाऱ्या शेंड्याकडील भागात, पसरणाऱ्या पानामध्ये, तसेच लांबणाऱ्या पेरांमध्ये निर्माण होत असतो. १) पानाच्या पात्याचा आकार वाढविणे २) पानाचा देठ लांब करणे ३) पेराची लांबी वाढविणे ही कामे हा गट करत असतो. आता या ऑक्झिनच्या वरून खाली जाण्याच्या व कोवळ्या पानांच्या पेरांच्या लांबी वाढविण्याच्या या गुणाचा वनस्पतींना कसा उपयोग होत असतो, ते समजून घेणे मौजेचे ठरेल.

कुंडीतील एखादे झाड आपण आडवे पाडले तर काही वेळाने त्याच्या टोकाकडील भाग परत वर वळून उभा वाढू लागतो. या वेळी सोबतच्या आकृतीत दाखवल्याप्रमाणे कोवळ्या शेंड्याकडील 'ऑक्झिन' हे आडव्या पडलेल्या भागात वरून खाली गेल्याने तळात साचते. (आकृती १ अ); पण त्यामुळे तळातील भाग जास्त वाढतो व तो भाग वर वाळतो (आकृती १ ब). या ऑक्झिनचे शास्त्रीय रूप इंडॉल ॲसिटिक ॲसिड आहे. त्याला थोडक्यात 'आय.ए.ए.' म्हणून ओळखतात. आय.ए.ए.चा हा

पहिला गुण आपण नीट समजून घेतला पाहिजे.

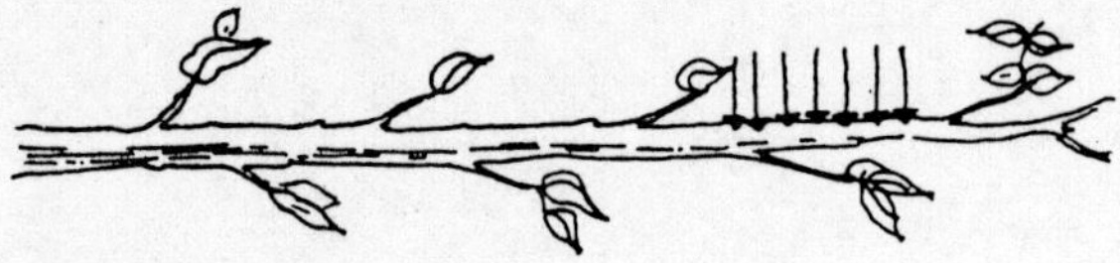

आकृती १ अ : बाणाच्या टोकाने दाखवलेले आय.ए.ए. खाली गोळा होते; कारण ते वरून खाली वाहते.

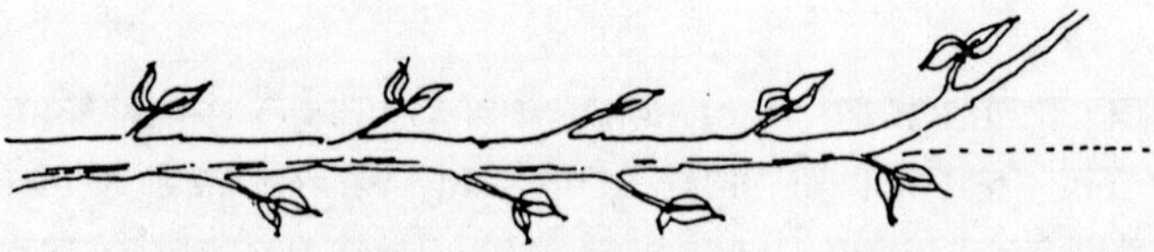

आकृती १ ब : तळाच्या भागात आय.ए.ए. वाढल्याने तो भाग वरच्या भागापेक्षा अधिक लोळला व तो भाग करवळला.

एक खास प्रयोग– पाने काढून, शेंडा तोडून रोप आडवे पाडले तर ते वर वळत नाही; पण परत ऑक्झिनची पेस्ट त्या भागात लावली की वर वळते.

आय.ए.ए.चा दुसरा गुण-प्रकाशाकडे वळणे

आय.ए.ए. हे ऑक्झिन सूर्यप्रकाशात व सौर उष्णतेत झपाट्याने कमी होते. द्राक्ष बागांची एप्रिलमधील छाटणी सोलापूर-नाशिक भागात २० एप्रिल नंतर केली तर कडक उन्हात द्राक्षवेलीच्या येणाऱ्या फुटी या आखूड पेराच्या व लहान आकाराची पाने असणाऱ्या येतात. किंबहुना, कधी कधी फुटींची वाढच थांबते; पण आय.ए.ए.च्या याच गुणामुळे वनस्पतीची वाढणारी टोके प्रकाशाचा शोध घेत प्रकाशाकडे वळू शकतात. आकृतीमध्ये दाखवल्याप्रमाणे वाढणाऱ्या फुटीला फक्त एकाच बाजूने जास्त प्रकाश मिळत असेल तर त्या बाजूचा आय.ए.ए. सावलीच्या बाजूपेक्षा कमी होतो व त्यामुळे सावलीची बाजू तेथील जास्त आय.ए.ए. मुळे प्रकाशच्या बाजूपेक्षा जास्त वाढते व आकृतीत दाखवल्याप्रमाणे प्रकाशाकडे वळते.

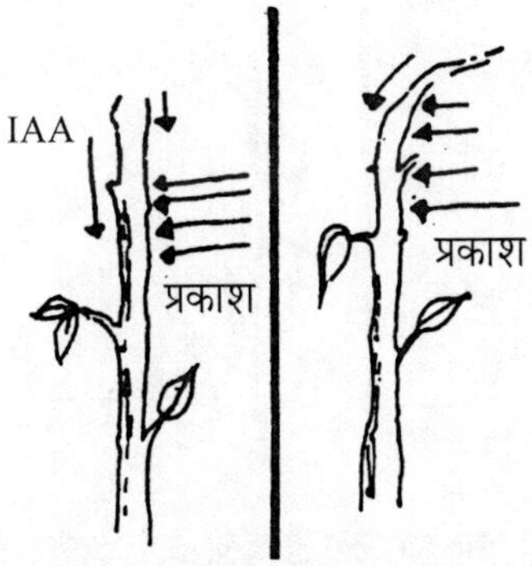

आकृती २ अ : ज्या बाजूने जास्त प्रकाश त्या बाजूचा आय.ए.ए. कमी येतो.

आकृती २ ब : अलीकडे या वळण्यात एथिलीन पण मदत करत असतो असा नवा संदर्भ पुढे आला आहे. वनस्पतीत कोठेही जरा ताण पडला (जोराचा पाऊस, वारा इ.) तरी एथिलीन निर्माण होतो व एथिलीन वनस्पतीचा तो भाग आखूड व जाड करतो.

आय.ए.ए.चा तिसरा गुण – डोळे झोपवणे

वनस्पतींची नवी वाढ सुरू झाली की, वाढणाऱ्या फुटींच्या खालच्या पानांच्या बगलात असणाऱ्या डोळ्यातून फूट येत नाही; पण फक्त शेवटच्याच पानातून फूट येते, जर ही फूट पुन्हा तोडली तर परत त्या खालील बगलातून फूट येते व अशा रीतीने वाढणारा शेंडा हा त्या फुटीवरील इतर डोळ्यांना वाढू देत नाही. या शिरजोरीला 'वाढणाऱ्या टोकाची शिरजोरी' (एपिकल डॉमिनन्स) असे शास्त्रीय नाव आहे. हे कसे घडते ते आता स्पष्ट झाले आहे. वाढणाऱ्या टोकाकडे तयार होणारे 'आय.ए.ए.' वरून खाली येताना डोळ्यांना वाढ घेता येऊ नये म्हणून डोळा व झाड यांना जोडणाऱ्या जलवाहिन्या, रसवाहिन्या कमकुवत करते व तो डोळा वाढू शकत नाही. काही कारणाने शेंडा मोडला अगर मुद्दाम खुडला तर ही शिरजोरी नाहीशी होते व मुळाकडून येणाऱ्या दुसऱ्या वाढ-नियंत्रकातर्फे त्या जलवाहिन्या व रसवाहिन्या पुन्हा जोमदार केल्या जातात व तो डोळा वाढू लागतो. या दुसऱ्या वाढ-नियंत्रकाचे नाव 'सायटोकायनीन' आहे, याची अधिक माहिती या लेखमालेत यथाक्रम येणारच आहे.

आय.ए.ए. व एथिलीन या दोघांच्या मदतीने वेलींना येणारे तणाव, तागोरे अगर ग्रामीण भाषेत वेलीचे पाय तारांना, खांबांना, आधारांना पकडत कसे गुंडाळी होतात व आधार देतात ते समजू शकेल. वाढणाऱ्या तागोऱ्यात अगर पायात असणारे आय.ए.ए. हे ज्या ठिकाणी तागोरा एखाद्या वस्तूजवळ जातो अगर घासतो

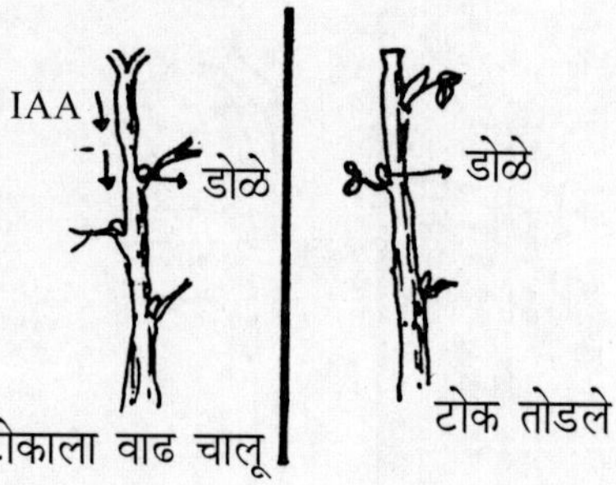

त्या बाजूने एथिलीन वायू बनल्याने त्या बाजूला कमी (तागोऱ्याची आतली बाजूही अशा रीतीने अधिक संवेदनशील असते) प्रमाणात शिल्लक राहतो व त्यांच्या विरुद्ध बाजूला जादा आय.ए.ए. झाल्याने तो पाय (तागोरा) वस्तूभोवती वळतो व वळत वळत वस्तूला आवळतो व आधार देतो. 'जुनीच सृष्टी नवीन दृष्टी' या रीतीने असे आपण वनस्पती जीवन समजून घेत जाण्याने कितीतरी कोडी आपणाला चांगली उलगडू लागतात.

अशीच गोष्ट आपल्याकडे पावसाळ्यात कौला-छपरावर सोडलेला भोपळ्याचा वेल झेप घेऊन पलीकडच्या भिंतीवर वा छपरावर कसा पोहोचला याचा आपणास अचंबा वाटत असतो; पण कौलावरून बाहेर लोंबणारा वेल त्यातील आय.ए.ए. वरून खाली वाहणाऱ्या गुणाने लोंबणाऱ्या टोकाकडील शेंड्यात आल्याने तो शेंडा वाढण्याचे थांबते. उलट त्या शेंड्यामागे असणाऱ्या तीन-चार पानांवरील डोळ्यांत आता आय.ए.ए. नसल्याने तेथील बगलफुटी जोरात वाढतात व त्या प्रकाशाकडे जाऊ पाहतात; पण वाढीच्या वजनाने परत लोंबू लागल्या की, परत त्याप्रमाणे दुसरी नवी फूट चाल घेते व क्रमाने परत आधार देत लोंबत शेवटी शेजारच्या भिंतीवर, कौलावर अगर झाडावर झेपावल्याप्रमाणे पोहोचते. घराशेजारी जोमदार वाढीच्या भोपळ्यांच्या वेलात ही गंमत अनेकदा आढळून येते.

आय.ए.ए.चा चौथा गुण (मुळ्या फोडणे)

आय.ए.ए. वरच्या भागात तयार होऊन झाडाच्या खालच्या भागात पोहोचत असते, त्यावेळी वाटेत हे ऑक्झिन वाढणारी पेरे पाने लांबवत पसरवत येतात. तसेच बगलेतील डोळे सुप्तावस्थेत ठेवत येतात; पण जमिनीतील मुळीमध्ये मात्र आय.ए.ए. हे एकदम निराळ्या रीतीने कार्य करते. आय.ए.ए. हे जमिनीत बारक्या बारक्या अनेक ढवळ्या मुळ्या (पांढऱ्या मुळ्या) बनवण्यास मदत देत असते; पण मुळीची लांबी वाढवण्यास मात्र मदत करत नसते. या वनस्पतीला ढवळ्या मुळ्या जितक्या अधिक असतील तितकी ती वनस्पती अधिक जोमदार, निरोगी, रसरशीत,

तजेलदार बनत असते. कॉलिफ्लॉवरचा भरपूर मोठा व लवकर गड्डा भरण्यास, मिरच्यांना व टोमॅटोंना उत्तम पीक मिळण्यास, द्राक्षाला हुकमी घड येण्यास या मुळीचा अनेक अंगाने उपयोग होत असतो व अशी हुकमी मुळी बनवण्याचे तंत्र आता आपण समजून वापरले पाहिजे. कुजणाऱ्या शेण-मुताच्या पाण्यात, तसेच कुजणाऱ्या वनस्पतींच्या अंशात आय.ए.ए. तयार होत असते व ते मुळी वाढण्यास मदत करत असते. हा शोध पण १९३५ ते १९४०च्या सुमारास इतर काही शास्त्रज्ञांनी लावला होता. आता या दोन अनुभवांची आपण एकत्र सांगड घालू शकतो. कुजणाऱ्या शेणखतात इ. मोठ्या आतड्यातील काही बॅक्टेरिया (इ. कोली) कार्य करत असतात. ते ट्रिप्टोफेनवर कार्य करत आय.ए.ए. गटातील ऑक्झीन्स बनवू शकतात. मुळाच्या विघटनाच्या वेळी पण या गटातील मुळी भरपूर वाढवणारे घटक तयार होत असतात; मात्र प्रत्येक झाडाला त्यांचे प्रमाण अगदी अल्प मात्र असले पाहिजे. यासाठी एक बादली जनावरांचे शेण, एक बादली जनावराचे मूत्र, एक किलो सुपर फॉस्फेट, एक किलो युरिया, १०० ग्रॅम गूळ असे सहा-सात बादली रबडी मिश्रण करून टिपात झाकून ठेवावे. चार दिवसांत या रबडीत आणखी पाणी घालून ते २०० लिटर पाणी बनवावे. परत या पाण्यातील एक लिटर पाणी दहा-दहा लिटरमध्ये घालून प्रत्येक वेलाला, रोपाला, झाडाला ते पाणी वाढीप्रमाणे एक पेला ते एक तांब्या द्यावे. भरपूर मुळ्या फुटण्यास हे रसायन फार मदत करते, असे ठिकाठिकाणच्या प्रयोग-अनुभवातून दिसून आले आहे; मात्र आपण हे प्रमाण दोन हजार पट सौम्य केले पाहिजे, हे लक्षात घेतले पाहिजे.

अलीकडे द्राक्ष, डाळिंब, गुलाब यांची छाट कलमे करताना आय.ए.ए.चे भाईबंद असणारे आय.बी., एन.ए.ए. यांसारखी संजीवके वापरतात. त्यांचे प्रमाण पण दहा लाखांत २५ ते १००, क्वचित ५०० ते १००० असते. पूर्वी कलमे लावताना त्यांचे खालचे टोक शेणाच्या रबडीत बुडवून व वरच्या बाजूस शेणाची टोपी बसवून ती टोपी सतत ओली राखत असत. त्यावेळी न कळत या संजीवकांचाच आपण वापर करत होतो. गुलाबाची कलमे लावताना छाटांना एखादे पान ठेवून ते कलम लावले तर ती कलमे अधिक चांगली जगत होती, असा अनुभव होता. पानावाटे मिळणारे आय.ए.ए. हे काम करत असणार, हा खुलासा आपणास आता होऊ शकतो.

छाट कलमे लावल्यावर लगेच पाने येतात व कलम जगल्यासारखे वाटते; पण खरे पाहता ही पाने रोगांना बळी न पडता टिकली व छाटीला जमिनीतून रोग लागला नाही तर अशी पाने आल्यावर २०-२२ दिवसांनी जमिनीत मुळी येऊ लागते व नंतर नवी पाने येत वरची वाढ सुरू होते. प्रथम आलेल्या पानात आय.ए.ए. बनल्याने त्या छाटीला मुळी फोडण्यास मदत होत असते.

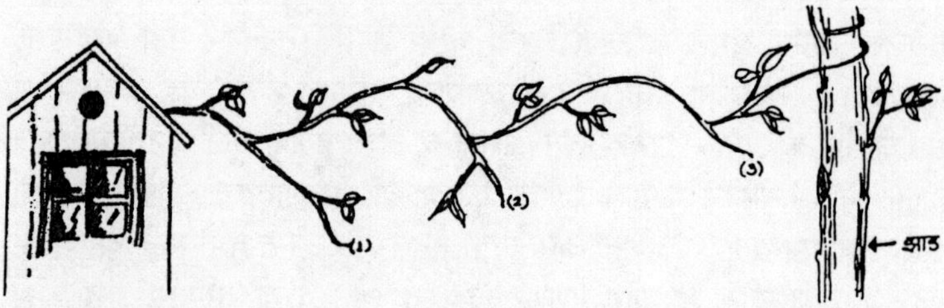

डाळिंब आदी झाडांना गुटी कलमे झाडावरच कलमांना मुळी फोडली जाते. ही गुट्टी बांधण्यासाठी आपण काडीवर गोल साल काढत असतो. ही साल काढल्याने झाडात वरून खाली येणारे आय.ए.ए. त्या जखमेजवळ थांबल्याने भाग त्या ठिकाणी मुळी फुटणारा तयार होऊन त्यातून मुळ्या बाहेर येतात. काड्यांना चांगल्या मुळ्या येण्यास या काड्या रंग बदलण्याच्या सुमारास त्यांना कागदाने त्या भागापुरते बांधून तेवढा भाग अंधारा केला व सूर्यप्रकाशावाटे नष्ट होणारे आय.ए.ए. वाचवले तर अशा काड्या लावल्यावर त्यांना लवकर मुळ्या येतात. असे कलम करताना येणारे अनुभव मग आपणास उलगडू लागतात.

द्राक्ष वगैरे बागांत पावसामुळे जमिनीतील वाफसा गेला तर वरती खोडावर मुळ्या फुटतात, या संबंधीचा उलगडा मुळावाटे तयार होणाऱ्या सायटोकायनीन या वाढ-नियंत्रकाच्या अधिक अभ्यासाच्या वेळी आपण पुढे करून घेणार आहोत. आय.ए.ए. व सायटोकायनीन या दोघांचा इथे संबंध असतो. ठरावीक काळात पाने गळण्याचे नियंत्रण आय.ए.ए.च करते. फळे तयार होताना त्यांचे आकारमान वाढण्यास आय.ए.ए. कधीच कितपत मदत केव्हा करत असेल याचा अभ्यास रसरशीत, टपोरी फळे मिळवण्यास आपण करून घेऊ शकू. तोडलेली फळे अधिक काळ ताजी दिसण्यास पण या गटातील घटक मदत करतात. क्रमाने आपण ही सविस्तर चर्चा करणार आहोत.

नवी वैज्ञानिक साक्षरता

१) ऑक्झिन गटातील आय.ए.ए. 'इंडॉल ॲसिटिक ॲसिड' हे वनस्पतीत सापडणारे ऑक्झिन आहे.
२) आय.बी.ए., एन.ए.ए., 'टू फोर डी' (२, ४, डी) हे पदार्थ आय.ए.ए.ची कामे करण्यास वापरता येतात. (जसे मुळी फोडण्यास एन.ए.ए. अगर आय.बी.ए.)

चर्चेसाठी आय.ए.ए. एथिलीन असे स्वतंत्र अभ्यासत आपण त्यांचे गुणधर्म समजून घेत असलो तरी सजीव वनस्पतीत या गोष्टी एकमेकांना पूरक, मारक, तारक करून वनस्पतींना अनेक गुंतागुंतीचे व्यवहार पार पाडण्यास मदत करत असतात.